TIẾNG VIỆT VÀ CÁC VĂN BẢN
HÀNH CHÍNH GIÁO DỤC
校園進階越南語

TƯỞNG VI VĂN
蔣為文

亞細亞國際傳播社
Công Ty Truyền Thông
Quốc Tế Á Châu

國立成功大學　越南研究中心
Trung Tâm Nghiên Cứu Việt Nam,
Đại Học Thành Công, Đài Loan

國家圖書館出版品預行編目（CIP）資料

校園進階越南語 ／ 蔣為文主編.
--初版--台南市：亞細亞國際傳播，2013.05
　面：26 X 18.9公分
ISBN 978-986-85418-6-3　　（平裝）
1.越南語　2.讀本
803.798　　　　　　　　　　102007048

TIẾNG VIỆT VÀ CÁC VĂN BẢN HÀNH CHÍNH GIÁO DỤC
校園進階越南語
Advanced Campus Vietnamese
Hāu-hn̄g Chìn-kai Oa̍t-lâm-gí

主編／蔣為文
編輯／陳氏蘭、陳氏秋玄
策劃／國立成功大學越南研究中心
網址／http://cvs.twl.ncku.edu.tw
出版／亞細亞國際傳播社
地址／70145 台南市東區民族路一段 72 號 3F
網址／http://www.atsiu.com
TEL／06-2349881
FAX／06-2094659
劃撥帳號 31572187
戶　　名 亞細亞國際傳播社
公元 2013 年 5 月初版第 1 刷

Tác giả: Tưởng Vi Văn
Biên tập: Trần Thị Lan, Trần Thị Thu Huyền
Chỉ đạo: Trung Tâm Nghiên Cứu Việt Nam, ĐH Thành Công, Đài Loan
Xuất bản: Công Ty Truyền Thông Quốc Tế Á Châu

Printed in Taiwan NT250; USD20

MỤC LỤC 目錄

PHẦN 1

THƯ TỪ

Bài 1: Thư thăm hỏi

Bài 2: Thư tự giới thiệu

Bài 3: Thư giới thiệu đi học

Bài 4: Thư giới thiệu đi làm

BÀI 1
THƯ THĂM HỎI

1. VĂN BẢN MẪU

Đài Nam ngày 9/3/2010

Thầy Nam kính mến!

Thế là em đã trở về Đài Loan được hơn một tháng rồi. Thời gian đầu em khá bận rộn vì phải sắp xếp ổn định lại công việc nên bây giờ mới có thời gian viết thư cho thầy được. Mong thầy thông cảm cho em ạ. Đầu thư, em kính chúc thầy và gia đình luôn mạnh khỏe, hạnh phúc.

Dạo này chắc công việc ở Viện bận lắm phải không thầy? Thầy có phải đi công tác nhiều không ạ? Học kỳ này thầy có dạy môn nào ở khoa Ngôn ngữ không ạ? Em cảm thấy mình rất may mắn vì trong thời gian sáu tháng ở Việt Nam được học tập, làm việc, nghiên cứu cùng với thầy. Không những khả năng tiếng Việt của em đã tiến bộ hơn, mà em còn được hiểu nhiều hơn về đất nước và con người Việt Nam. Em cũng học được rất nhiều từ cách làm việc và nghiên cứu của thầy.

Em về đây một tháng cũng đã ổn định công việc và học tập rồi. Còn một học kỳ nữa là em tốt nghiệp rồi thầy ạ. Em rất mong thầy có thời gian sang thăm Đài Loan để có thể giới thiệu cho thầy nhiều hơn về mảnh đất này. Em cũng mong là việc hợp tác nghiên cứu giữa hai bên Việt Đài ngày càng thúc đẩy mạnh hơn để em lại có cơ hội được trở lại Việt Nam học tập và nghiên cứu.

Cuối thư, em xin kính chúc thầy mạnh khỏe và luôn thành công trong công việc. Chúc thầy có nhiều nghiên cứu mới để cống hiến cho ngành ngôn ngữ học ở Việt Nam.

Mong thầy luôn giữ gìn sức khỏe.

Kính thư

Sinh viên của thầy

Trần Thu Hà

Tái bút: Thầy cho em gửi lời hỏi thăm đến các thầy cô ở Viện thầy nhé!

2. BẢNG TỪ (越文-中文-台文)

kính mến	親愛的 chhin-ài--ê	công tác	出差 chhut-chhai
thế là	於是 só-í	cảm thấy	覺得 kám-kak
trở về	回來 tńg-lâi	nghiên cứu	研究 gián-kiù
bận rộn	匆忙 koáⁿ-kông	khả năng	能力 lêng-le̍k
sắp xếp	安排 an-pâi	tiến bộ	進步 chìn-pō
ổn định	穩定 ún-tēng	mảnh đất	土地 thó-tē
thông cảm	諒解 liōng-kái	hợp tác	合作 ha̍p-chok
mong	希望 ǹg-bāng	học tập	學習 ha̍k-sip
đầu thư	首先 tāi-seng	thúc đẩy	促進 chhiok-chìn
kính chúc	敬祝 kèng-chiok	cơ hội	機會 ki-hōe
mạnh khỏe	健康 khong-kiān	thành công	成功 sêng-kong
hạnh phúc	幸福 hēng-hok	cống hiến	貢獻 kòng-hiàn
dạo này	最近 choè-kīn	giữ gìn	保留 pó-liû
		kính thư	敬上 kèng-siōng

3. NỘI DUNG VÀ MỤC ĐÍCH CỦA THƯ THĂM HỎI

3.1. Mục đích viết thư

- Thư thăm hỏi thường mang mục đích thăm hỏi về tình hình sức khỏe, công việc, học tập, sinh hoạt hàng ngày của người nhận thư và thông báo những thông tin về mình.

- Người viết thư thăm hỏi thường phải xác định cụ thể ai là người tiếp nhận bức thư: bố mẹ, thầy cô giáo, bạn bè, đồng nghiệp…

3.2. Nội dung thư thăm hỏi

Một bức thư thăm hỏi thường gồm ba phần:

Phần 1: Phần đầu thư: Ghi rõ nơi viết, thời gian viết, lời chào người nhận thư.

Phần 2: Phần chính bức thư:

   + Nêu rõ lý do, mục đích viết thư

   + Hỏi thăm tin tức: sức khoẻ, công việc, học tập, cuộc sống,…

   + Thông báo về mình: sức khoẻ, công việc, học tập, cuộc sống…

Phần 3: Cuối thư: ghi rõ lời chúc, hứa hẹn, cảm ơn, họ tên, chữ ký của người gửi.

4. MẪU CÂU

4.1. Cách mở đầu bức thư

> Đại từ xưng hô + (tên người nhận thư) + *kính mến*

- Từ *kính mến* biểu thị thái độ kính trọng hoặc quan hệ gần gũi, thân thiết với người nhận thư.

+ Nếu là người lớn tuổi hơn, thuộc lớp trên có thể dùng các từ như: *kính mến, kính yêu*.

+ Nếu là người ngang hàng hoặc ít tuổi hơn có thể dùng các từ như: *thân, thân mến, quý mến, yêu quý, thân yêu…*

   Ví dụ :

      Thầy Thắng *kính mến*

      Cô Thanh *kính mến*

      Lan *thân mến*

      Chị Hà *yêu quý*

- Tên người nhận thư có thể có hoặc không viết trong lời mở đầu thư.

   Ví dụ :

      Thầy *kính mến*

      Em *yêu quý*

Chị *thân yêu*

4.2. Lời chúc đầu thư

Đầu thư + người viết thư + *kính chúc* + người nhận thư + *mạnh khỏe*				
Đầu tiên		xin chúc		*hạnh phúc*
		chúc		

- Khi mở đầu một bức thư thăm hỏi nên viết lời chúc cho người nhận thư thể hiện sự quan tâm, tôn trọng.

- Lời chúc đầu thư thường bắt đầu bằng các từ : *Đầu thư, đầu tiên.*

- Nếu người nhận thư là người trên, người lớn tuổi thì khi chúc nên dùng các từ biểu thị sự kính trọng như : *kính chúc, xin chúc.*

- Nếu người nhận thư là người ngang hàng hoặc nhỏ tuổi hơn thì có thể dùng trực tiếp từ : *chúc.*

- Lời chúc dành cho người nhận thư thường chúc về: *sức khỏe, hạnh phúc, vui vẻ.* Nếu là người đã có gia đình hoặc con cái thì lời chúc nên dành cho cả gia đình.

Ví dụ :

+ *Đầu thư, em kính chúc thầy và gia đình sức khỏe và hạnh phúc.*

+ *Đầu tiên, cháu xin chúc bác và gia đình sức khỏe và nhiều niềm vui.*

+ *Đầu thư, em chúc anh luôn luôn mạnh khỏe và hạnh phúc.*

4.3. Lời chúc cuối thư

Cuối thư + người viết thư + *kính chúc* + người nhận thư + *sức khỏe*				
Cuối cùng		xin chúc		*may mắn*
		chúc		*thành công*
				thuận lợi

- Lời chúc cuối thư thường được bắt đầu bằng các từ: Cuối thư, cuối cùng.

- Lời chúc cuối thư dành cho người nhận thường chúc về *sức khỏe, may mắn, thành công, thuận lợi…*

Ví dụ:

+ *Cuối thư, em xin kính chúc thầy mạnh khỏe và luôn thành công trong công việc. Chúc thầy có nhiều nghiên cứu mới để cống hiến cho ngành ngôn ngữ học ở Việt Nam.*

+ *Cuối thư, em chúc anh luôn may mắn và thuận lợi trong công việc cũng như trong cuộc sống.*

4.4. Cách kết thúc thư

Kính thư
(Quan hệ với người nhận thư)
(Ký và ghi rõ họ tên)

- Nếu người nhận thư là người trên, người lớn tuổi, có quan hệ xã giao thì kết thúc thư bằng từ: kính thư.

Ví dụ:

Kính thư

Sinh viên của thầy

Trần Thu Hà

- Nếu người nhận thư là người ngang hàng, có quan hệ thân thiết gần gũi thì kết thúc thư bằng các từ: thân, thương mến, thân mến

Ví dụ

Thân

Chị của em

Trần Thu Hà

- Sau khi viết xong, nếu cần bổ sung điều gì có thể viết thêm ở phần "tái bút" tiếp nối ngay phía dưới bức thư vừa viết.

Tái bút: Thầy cho em gửi lời hỏi thăm đến các thầy cô ở Viện thầy nhé!

Tái bút: Nếu có việc gì cần giúp thì anh cứ viết thư cho em nhé!

5. VĂN BẢN THAM KHẢO

5.1. Thư chúc mừng

Có một số thư có tính chất thăm hỏi nhưng kết hợp với nội dung chúc mừng nhân một sự kiện nào đó như Ngày nhà giáo Việt Nam 20/11, ngày Tết, ngày tổ chức thành công một sự kiện….

Đài Loan ngày 20/11/2010

Giáo sư Hải kính mến

Lâu rồi mới có thời gian viết thư hỏi thăm tình hình sức khỏe và công việc của Giáo sư. Đầu thư, tôi xin kính chúc Giáo sư và gia đình sức khỏe, hạnh phúc. Cũng nhân dịp ngày Nhà giáo Việt Nam 20/11, tôi xin chúc Giáo sư có thêm nhiều thành công trong sự nghiệp nghiên cứu khoa học và giảng dạy.

Dạo này Giáo sư có khỏe không? Chắc công việc của Giáo sư ở Viện nghiên cứu rất bận phải không ạ. Thời gian này ở Đài Loan tôi cũng khá bận rộn với nhiều dự án nghiên cứu mới. Tôi rất mong trong tương lai sẽ có nhiều hơn nữa những dự án hợp tác nghiên cứu giữa hai bên Việt Đài.

Rất mong sớm được gặp lại giáo sư ở Việt Nam.

Một lần nữa, xin chúc mừng Giáo sư nhân ngày Nhà giáo Việt Nam.

Kính thư

Tưởng Vi Văn

5.2. Thư cảm ơn

Có một số thư có tính chất thăm hỏi nhưng kết hợp với nội dung cảm ơn vì một sự giúp đỡ, đồng ý hợp tác…

Thư cảm ơn sự giúp đỡ

Hà Nội ngày 10/03/2010

Giáo sư Văn thân mến!

Dạo này Giáo sư có khỏe không? Công việc nghiên cứu và giảng dạy của Giáo sư bên đó thế nào? Có bận lắm không?

Tôi rất vui vì đã được đến tham dự hội thảo tổ chức tại Khoa Văn học Đài Loan vừa qua. Tôi viết thư này để gửi tới Giáo sư lời cảm ơn chân thành vì đã giúp tôi có cơ hội tham dự hội thảo này. Trong thời gian ở đó, tôi cũng đã nhận được sự giúp đỡ rất nhiệt tình của Giáo sư cùng các em sinh viên Việt Nam trên mọi mặt. Xin được cảm ơn giáo sư cùng các em sinh viên rất nhiều.

Xin chúc Giáo sư luôn gặp nhiều thuận lợi, thành công trong sự nghiệp cũng như trong cuộc sống.

Rất mong có dịp gặp lại Giáo sư ở Việt Nam.

Thân mến

Giáo sư

Nguyễn Văn Khang

Hà Nội ngày 10/03/2010

Anh Văn thân mến!

Vậy là từ ngày em tốt nghiệp và trở về Việt Nam làm việc đã được ba tháng rồi. Em xin lỗi vì bây giờ mới có thời gian viết thư cho anh. Đầu thư, em xin chúc anh luôn mạnh khỏe và vui vẻ.

Chắc công việc của anh ở Đài Loan rất bận phải không ạ? Anh có thường xuyên đi Việt Nam công tác như trước đây không ạ? Em viết thư này để cảm ơn anh đã luôn giúp đỡ em trong thời gian ở Đài Loan. Nhờ có sự giúp đỡ của anh mà em đã vượt qua rất nhiều khó khăn trong cuộc sống và học tập khi ở Đài Loan. Cảm ơn anh rất nhiều ạ. Nếu anh ở Việt Nam mà có việc cần giúp thì anh cứ liên lạc với em ạ.

Chúc anh luôn thành công trong công việc và cuộc sống

Em

Nguyễn Thị Nga

Từ vựng mở rộng

hội thảo	研討會 gián-thó-hoē	thành công	成功 sêng-kong
chân thành	真誠 sêng-khún	dịp	機會 ki-hoē
nhiệt tình	熱情 jia̍t-chêng	cơ hội	機會 ki-hoē
thuận lợi	順利 sūn-lī	khó khăn	困難 khùn-lân

BÀI 2
THƯ TỰ GIỚI THIỆU

1. VĂN BẢN MẪU

Gửi đến: Viện Hán Nôm
Viện Khoa học Xã hội Việt Nam
183 Đặng Tiến Đông - Đống Đa – Hà Nội

Viện Văn học Đài Loan
Số 1 đường Trung Chính – TP. Đài Nam
Điện thoại: 886 – 06 - 221-7201
Email: lamnhatlinh@gmail.com

Kính gửi: PGS Nguyễn To Lan - Trưởng phòng Quan hệ Quốc tế

Tôi là Trần Mộ Chân, Trưởng phòng Tổ chức cán bộ tại Viện Văn học Đài Loan, Thành phố Đài Nam, Đài Loan. Lần đến thăm Viện văn học của chúng tôi gần đây, Giáo sư, viện trưởng Trịnh Khắc Mạnh của quý viện đã có vài trao đổi ngắn về việc tăng cường quan hệ hợp tác giữa hai đơn vị.

Sắp tới Viện Văn học của chúng tôi có tổ chức cho cán bộ của viện đi thực tế tại Hà Nội trong 2 tuần. Trong thời gian lưu lại Hà nội, nếu được, chúng tôi rất mong muốn sẽ có một buổi đến thăm và giao lưu với các cán bộ của quý Viện. Tôi viết thư này trước là có vài lời tự giới thiệu, sau là xin đặt vấn về kế hoạch thăm viện trong thời gian tới. Đoàn của chúng tôi sẽ đến Hà Nội ngày 14 tháng 4. Vậy, rất mong nhận được hồi âm của giáo sư sớm để chúng ta có thể trao đổi việc này cụ thể hơn.

Xin cám ơn giáo sư và kính chúc giáo sư sức khỏe, công tác tốt.

Kính thư:

TS. Trần Mộ Chân

2. BẢNG TỪ

trao đổi	交換意見 kau-oāⁿ	lưu lại	留下來 lâu--lóh-lâi
tăng cường	加強 ka-kiông	giao lưu	交流 kau-liû
Viện Hán Nôm	漢喃院/所 Hàn Lâm Īⁿ	đơn vị	單位 tan-ūi
phòng tổ chức cán bộ	人事室 jîn-sū-sek	đặt vấn đề	提出問題 thê būn-tê
đi thực tế	田調 tiân-iá tiāu-cha	cụ thể	具體 kū-thé

3. NỘI DUNG VÀ MỤC ĐÍCH CỦA THƯ TỰ GIỚI THIỆU

3.1. Mục đích viết thư

- Thư tự giới thiệu do một cá nhân hay đại diện một đơn vị nào đó gửi tới một cá nhân hoặc đơn vị khác nhằm mục đích giới thiệu những thông tin về bản thân mình hoặc đơn vị mình làm đại diện, đồng thời đặt vấn đề về mục đích làm quen với cá nhân hoặc đơn vị đó.

- Thư tự giới thiệu của cá nhân thường nhằm mục đích làm quen, xin việc. Thư tự giới thiệu của đại diện một đơn vị thường nhằm mục đích đặt mối quan hệ giao lưu, hợp tác.

3.2. Nội dung thư tự giới thiệu

Một bức thư tự giới thiệu thường gồm ba phần:

Phần 1: Phần đầu thư: Ghi rõ thông tin liên lạc người viết thư và người nhận thư (có thể là cá nhân hoặc đơn vị) bao gồm:

+ Tên đầy đủ của cá nhân hoặc đơn vị gửi và nhận thư.

+ Địa chỉ liên lạc

+ Số điện thoại, fax

+ Email (nếu có)

Phần 2: Phần chính bức thư:

+ Giới thiệu về bản thân hoặc đơn vị mình làm đại diện.

+ Giới thiệu về mục đích của việc làm quen.

Phần 3: Cuối thư: ghi rõ lời chúc, hứa hẹn, cảm ơn, họ tên, chữ ký của người gửi.

4. MẪU CÂU

4.1. Kính gửi + Tên + Chức vụ

Ví dụ :

+ *Kính gửi* chị Trần Phương Lan - Trợ lý hành chính Phòng Nghiên cứu Văn hoá Việt Đài.

4.2. Tôi là …, hiện (đang) là ...

Ví dụ :

+ Tôi là Nguyễn Hải Yến, *hiện (đang) là* sinh viên năm thứ hai khoa Văn học Đài Loan, trường Đại học Thành Công

4.3. Qua ..., tôi được biết ...

Ví dụ :

+ *Qua* thông báo của văn phòng, *tôi được biết* Văn phòng đang cần tuyển phiên dịch.

+ *Qua* chị Dương, nhân viên đang làm việc tại văn phòng, *tôi được biết* Văn phòng đang cần tuyển phiên dịch.

4.4. Từ năm ... đến năm, tôi là .../làm ... ở/tại...

Ví dụ :

+ *Từ* năm 2000 *đến* năm 2002, tôi *là* trợ lý nghiên cứu *tại* Trung tâm Nghiên cứu Trắc nghiệm tiếng Đài.

+ *Từ* năm 2000 *đến* năm 2002, tôi *làm* trợ lý nghiên cứu *ở* Trung tâm Nghiên cứu Trắc nghiệm tiếng Đài.

4.5. … không mong muốn gì hơn được...

Ví dụ:

+ Em *không mong muốn gì hơn được* làm việc tại văn phòng của Thầy.

+ Tôi *không mong muốn gì hơn được* cộng tác lâu dài với quý vị.

4.6. …hy vọng sẽ có cơ hội được…

Ví dụ :

+ Tôi *hy vọng sẽ có cơ hội được* tham gia chương trình này.

+ Tôi *hy vọng sẽ có cơ hội được* nhận vào làm việc tại quý khoa.

5. VĂN BẢN THAM KHẢO

5.1. Thư tự giới thiệu xin việc

Gửi đến: Khoa Việt Nam học và Tiếng Việt

Đại học Khoa học Xã hội và Nhân văn -Đại học Quốc gia Hà Nội

Địa chỉ: B7 bis Bách khoa - Phố Trần Đại Nghĩa - Phường Bách Khoa

Quận Hai Bà Trưng – Hà Nội

Kính gửi : Thầy Nguyễn Thiện Nam– Chủ nhiệm Khoa

Tôi là Trần Kim Dung, hiện đang là nhân viên làm việc tại Trung tâm Nghiên cứu giới và Phát triển, trực thuộc Đại học Khoa học Xã hội và Nhân văn (DHKHXH&NV) Đại học Quốc gia Hà Nội.

Tôi từng biết Khoa Việt nam học và Tiếng Việt của quý vị là nơi đào tạo chuyên nghiệp từ lâu đời chuyên ngành Việt Nam học và Tiếng Việt cho người nước ngoài lớn nhất miền Bắc. Qua website của quý khoa, tôi được biết quý khoa đang cần tuyển trợ lý văn phòng.

Tôi tốt nghiệp thạc sĩ DHKHXH&NV chuyên ngành Ngôn ngữ học năm 2002. Từ tháng 10 năm 2002 đến nay tôi làm trợ lý hành chính cho Trung tâm Nghiên cứu Giới và Phát triển. Tuy công việc của tôi hiện nay khá tốt nhưng tôi vẫn luôn mong muốn có cơ hội làm việc ở môi trường mà tôi có thể sử dụng ngoại ngữ thường xuyên hơn. Tôi đã tốt nghiệp khoa tiếng Anh – Đại học Hà Nội và có chứng chỉ C tiếng Pháp.

Khoa Việt Nam học và Tiếng Việt, với tôi, là nơi làm việc khá lý tưởng. Ngoài cơ hội vận dụng khả năng chuyên môn cũng như kiến thức ngoại ngữ, giáo viên và nhân viên ở đây còn có nhiều cơ hội giao lưu với sinh viên quốc tế cũng như tiếp xúc với nhiều nền văn hóa từ nhiều quốc gia khác nhau. Tôi không mong muốn gì hơn được làm việc trong một môi trường như vậy.

Với kinh nghiệm làm trợ lý hành chính hơn bảy năm, tôi nhận thấy mình rất phù hợp với yêu cầu công việc quý khoa đưa ra. Tôi hy vọng sẽ có cơ hội được làm việc tại khoa trong thời gian tới.

Xin chân thành cảm ơn và mong sớm nhận được hồi âm của quý khoa!

Trân trọng,
Trần Kim Dung

5.2. Thư tự giới thiệu tìm việc

Kính gửi cô Tú Liên, giám đốc Trung tâm Nghiên cứu Việt – Đài

Em là Hà Huy Tiến, là bạn của chị Lý Dương hiện đang làm việc tại văn phòng của cô ạ.

Em học khoa văn học Đài Loan. Kỳ này em đã học xong các môn học và đang viết luận văn. Qua tìm hiểu về văn phòng và qua chị Lý Dương kể, em rất thích công việc hiện tại ở phòng nghiên cứu của cô ạ. Em có thể sử dụng tiếng Trung thành thạo, tiếng Anh giao tiếp khá tốt. Hiện tại em không phải đến trường thường xuyên nên em đang muốn tìm một công việc phù hợp để làm thêm, vừa để có thêm thu nhập, nhưng quan trọng hơn là để để thực tập và nâng cao chuyên môn. Em được biết hiện nay Phòng Nghiên cứu của cô đang có ba trợ lý người Việt Nam. Em viết thư này xin được hỏi không biết văn phòng có cần thêm trợ lý nữa không ạ. Nếu có, em rất mong sẽ có cơ hội được làm việc tại văn phòng của cô ạ.

Em xin lỗi vì đường đột viết thư thế này. Có gì không phải mong cô bỏ qua ạ ! Em hy vọng sớm nhận được hồi âm từ phía văn phòng.

Cảm ơn cô và kính chúc cô kỳ nghỉ xuân vui vẻ ạ !

Hà Huy Tiến

5.3. Thư tự giới thiệu làm quen

Chào anh Hưng,

Em là Nguyễn Hà An, bạn của Liên. Em đang học khoa Văn, trường Đại học Sư phạm I. Em đã nghe Liên kể nhiều về anh. Liên kể anh là người rất lãng mạn, chân thành và chu đáo. Anh cũng có sở thích làm thơ và đọc tiểu thuyết giống em. Em năm nay 24 tuổi, vẫn còn độc thân. Ngoài nhưng sở thích trên em còn thích xem phim vào thời gian rảnh. Em cũng thích đi du lịch, thích nấu ăn và mua sắm với bạn bè.

Em viết thư này mong được làm quen với anh. Thêm một người bạn là thêm một niềm vui, phải không anh ?!

Em mong sớm nhận được hồi âm của anh !

Em: Hà An

Từ vựng mở rộng

trợ lý văn phòng	行政助理 chō-lí	tìm hiểu	了解 liáu-kái
trợ lý hành chính	行政助理 chō-lí	sở thích	嗜好 hèng-chhù
chứng chỉ	證照 chèng-chiàu	làm thơ	作詩 siá si
vận dụng	運用 ūn-iōng	thành thạo	熟練 sèk-chhiú
khả năng	能力 lêng-lèk	tiểu thuyết	小說 sió-soat
chuyên môn	專業 choan-giàp	mạo muội	冒昧 sit-lé
nhận thấy	發現 hoat-hiān	độc thân	單身 toaⁿ-sin
hồi âm	回覆 hoê-hok	làm thêm	打工 phah-kang
lãng mạn	浪漫 lōng-bān	làm quen	認識 sèk-sāi
kỳ	期 kî	thực tập	實習 sit-sip
luận văn	論文 lūn-bûn	phù hợp	適合 sek-hàp
chu đáo	周到 chiu-chì	đường đột	唐突 tōng-thut

BÀI 3
THƯ GIỚI THIỆU ĐI HỌC

1. VĂN BẢN MẪU

PGS. Tưởng Vi Văn

ĐT: +886-7-2757575 ~ 52627

Email: uibunoffice@gmail.com

Trường Đại học Quốc lập Thành Công

Khoa Văn học Đài Loan &

Trung Tâm Nghiên Cứu Tiếng Đài

THƯ GIỚI THIỆU

Kính gửi: GS. Nguyễn Hồng Cổn, Chủ nhiệm khoa, Khoa Ngôn Ngữ học
Trường Đại học Khoa học Xã hội và Nhân văn
Đại học Quốc gia Hà Nội

Tôi là Giáo sư hiện đang nghiên cứu và giảng dạy tại trường Đại học Quốc lập Thành Công, Đài Loan. Tôi rất vinh hạnh khi được viết thư giới thiệu cho sinh viên Trần Thị Dương đến với Khoa Ngôn ngữ học.

Tôi đã dạy sinh viên Trần Thị Dương trong thời gian hai năm, từ 2005 – 2006, đồng thời cũng là giáo viên hướng dẫn tốt nghiệp của sinh viên này. Trong thời gian trên, tôi nhận thấy em Dương là một sinh viên rất chăm chỉ, kiên trì, say mê tìm hiểu và khiêm tốn học hỏi. Em Dương đã đạt thành tích rất tốt trong các kỳ thi, đặc biệt là trong các môn học về tiếng Việt và văn hóa Việt Nam. Em Dương cũng là một sinh viên rất nhanh nhẹn, hoạt bát, sẵn sàng giúp đỡ bạn bè, nhiệt tình tham gia các hoạt động giao lưu giữa hai bên Việt Đài. Sau các khóa học tiếng Việt tại Đài Loan, tôi xác nhận em Dương có thể đọc viết bằng tiếng Việt thành thạo, khả năng giao tiếp với người bản ngữ cũng khá tốt. Em Dương đã hoàn thành xuất sắc chương trình cử nhân tại khoa Văn học Đài Loan, trường Đại học Quốc lập Thành Công, Đài Loan.

Tôi cho rằng việc tham gia học chương trình thạc sỹ Ngôn ngữ học tại trường Đại học Khoa học Xã hội và Nhân văn, Đại học Quốc gia Hà Nội, sẽ giúp em Dương có cơ hội được tiếp tục tìm hiểu nghiên cứu về tiếng Việt và nâng cao trình độ tiếng Việt. Tôi tin rằng với khả năng của mình, em Trần Thị Dương hoàn toàn có thể hoàn thành tốt khóa học Thạc sỹ chuyên ngành Ngôn ngữ học.

Đài Nam, ngày 20 tháng 03 năm 2010

PGS. Tưởng Vi Văn

2. BẢNG TỪ

ban	部、處、組 pō-mñg	hoạt bát	活潑 oảh-phoat
chủ nhiệm	主任 chú-jīm	sẵn sàng	隨時 sûi-sî
khoa	學系 hảk-hē	tham gia	參加 chham-ka
trường đại học	大學 tāi-hảk	hoạt động	活動 oảh-tōng
giảng dạy	教學 kàu-hảk	khóa học	學期 hảk-kî
quốc lập	國立 kok-lip	xác nhận	確認 khak-lip
vinh hạnh	榮幸 êng-hēng	hoàn thành	完成 oân-sêng
đồng thời	同時 tong-si	xuất sắc	出色 kiảt-chhut
hướng dẫn	指導 chí-tō	chương trình	學程 hảk-têng
tốt nghiệp	畢業 pit-giảp	cử nhân	學士 hảk-sū
chăm chỉ	認真 jīn-chin	nâng cao	提高 thê-ko
kiên trì	堅持 kian-chhî	trình độ	程度 thêng-tō
say mê	迷戀、沉迷	chuyên ngành	專業 choan-giảp
khiêm tốn	虛心 khiam-pi	hội đồng	委員會 úi-oân-hoē
học hỏi	學習 hảk-sip	tuyển sinh	招生 chio-seng
thành tích	成績 sêng-chek	nhanh nhẹn	敏捷 mé-liảh

3. MỤC ĐÍCH VÀ NỘI DUNG CỦA THƯ GIỚI THIỆU ĐI HỌC

3.1. Mục đích của thư giới thiệu đi học

- Thư giới thiệu đi học thường là của thầy cô giáo hoặc giáo sư viết nhằm mục đích giới thiệu một sinh viên với hội đồng tuyển sinh.

- Thư giới thiệu đi học nhằm cung cấp cho hội đồng tuyển sinh những thông tin về sinh viên, bao gồm cả thành tích học tập và làm việc, nhận xét về tính cách và các chi tiết cá nhân của sinh viên để phân biệt với các sinh viên khác.

3.2. Nội dung một bức thư giới thiệu đi học

Một bức thư giới thiệu đi học cũng thường được chia làm ba phần.

Phần 1: Phần đầu thư: Nêu rõ gửi đến cơ quan nào, người viết thư giới thiệu là ai, giới thiệu cho ai.

Phần 2: Phần chính thư:

- Giải thích về người giới thiệu và người được giới thiệu quen biết như thế nào: quan hệ làm việc hay học tập, thời gian bao lâu.

- Đánh giá về người được giới thiệu đó trên các mặt

　　+ Về học tập: khiêm tốn học hỏi, kiên trì, say mê tìm hiểu, chăm đọc sách…

　　+ Tính tình: cẩn thận, nhanh nhẹn, hoạt bát, sôi nổi, vui vẻ, tự tin…

　　+ Giao tiếp: khả năng hợp tác, khả năng làm việc nhóm, nhiệt tình, rụt rè, ngại giao tiếp, giao tiếp bằng ngôn ngữ, giao tiếp qua thư từ, hay giúp đỡ…

　　+ Động lực: Khiêm tốn học hỏi, cố gắng vươn lên…

　　+ Kỷ luật: Nghe lời, đúng giờ, đúng hẹn, giữ lời hứa…

　　+ Năng khiếu: khoa học tự nhiên, ngoại ngữ…

　　+ Đặc điểm khác.

Phần 3: Phần cuối thư

- Giải thích tại sao người được giới thiệu đó lại cần tiếp tục học tại chuyên ngành hay khoa đó.

- Thể hiện sự tin tưởng của người giới thiệu đối với người được giới thiệu, có phù hợp với khóa học đó hay không.

4. MẪU CÂU

4.1.

> *Kính gửi:* + tên cơ quan/ hội đồng tuyển sinh

Ví dụ:

Kính gửi: Ban chủ nhiệm Khoa Ngôn Ngữ học

Trường Đại học Khoa học Xã hội và Nhân văn

Đại học Quốc gia Hà Nội

Kính gửi: Trung tâm thực hành Ứng dụng Ngôn ngữ học và tiếng Việt

Khoa Ngôn ngữ học

Trường Đại học Khoa học Xã hội và Nhân văn

Đại học Quốc gia Hà Nội

4.2.

> *Tôi là* + chức danh + *hiện đang* + nơi làm việc

Ví dụ:

+ *Tôi là* Giáo sư *hiện đang* nghiên cứu và giảng dạy tại trường Đại học Quốc lập Thành Công, Đài Loan.

+ *Tôi là* giảng viên *hiện đang* công tác tại khoa Việt Nam học và Tiếng Việt, trường Đại học Khoa học Xã hội và Nhân văn, Đại học Quốc gia Hà Nội.

4.3.

> *Tôi rất vinh hạnh được viết thư giới thiệu cho* + sinh viên A + *với* + nơi cần giới thiệu

Ví dụ:

+ *Tôi rất vinh hạnh khi được viết thư giới thiệu cho* sinh viên Trần Lí Dương đến với Khoa Ngôn ngữ học.

+ *Tôi vô cùng vinh dự được giới thiệu với* Ban chủ nhiệm Khoa về sinh viên Trần Lí Dương.

4.4.

Tôi nhận thấy + sinh viên A + *là một sinh viên*	+ về học tập
	+ về tính cách
	+ về khả năng giao tiếp
	+ về năng khiếu

Ví dụ:

+ *Tôi nhận thấy* em Dương *là một sinh viên* rất chăm chỉ, kiên trì, say mê tìm hiểu và khiêm tốn học hỏi.

+ *Tôi nhận thấy* em An *là một sinh viên* rất có năng khiếu về ngoại ngữ, có khả năng giao tiếp tốt.

4.5.

| *Tôi cho rằng* + việc tham gia khóa học đó sẽ có tác dụng với sinh viên A như thế nào |

Ví dụ:

+ *Tôi cho rằng* việc tham gia học chương trình thạc sỹ Ngôn ngữ học *sẽ* giúp em Dương có cơ hội được tiếp tục tìm hiểu nghiên cứu về tiếng Việt và nâng cao trình độ tiếng Việt.

4.6.

Tôi tin rằng + sinh viên A có khả năng hoàn thành tốt khóa học
---

Ví dụ:

+ *Tôi tin rằng* với khả năng của mình, em Trần Thị Dương hoàn toàn có thể hoàn thành tốt khóa học Thạc sỹ chuyên ngành Ngôn ngữ học.

5. VĂN BẢN THAM KHẢO

Thư giới thiệu của cơ quan cho nhân viên đi học

PGS. Tưởng Vi Văn   Trường Đại học Quốc lập Thành Công
Đt: +886-7-2757575 ~ 52627   Trung tâm nghiên cứu ngôn ngữ văn hóa Việt Nam
Email: uibunoffice@gmail.com

THƯ GIỚI THIỆU

Kính gửi: Trung tâm thực hành Ứng dụng Ngôn ngữ học và tiếng Việt

Khoa Ngôn ngữ học, Trường Đại học Khoa học Xã hội và Nhân văn

Đại học Quốc gia Hà Nội

Tôi là chủ nhiệm Trung tâm nghiên cứu Ngôn ngữ và Văn hóa Việt Nam, thuộc trường Đại học Quốc lập Thành Công, Đài Loan. Tôi rất vinh dự được viết thư giới thiệu cho chị Lâm Tư Đình đến học tại Trung tâm thực hành Ngôn ngữ học và tiếng Việt.

Chị Lâm Tư Đình làm trợ lý cho Trung tâm chúng tôi từ năm 2007 đến nay. Trong thời gian đó, chị Tư Đình chịu trách nhiệm tổ chức các hoạt động thúc đẩy sự giao lưu giữa hai bên Đài Việt. Tôi nhận thấy chị Tư Đình là một trợ lí rất mẫu mực trong công việc, có tính kỷ luật cao, luôn hoàn thành tốt các nhiệm vụ được giao đúng thời hạn. Trong quan hệ với các đồng nghiệp khác ở trung tâm, chị Tư Đình luôn thân thiện, đoàn kết, học hỏi, và nhờ đó mà khả năng cộng tác, làm việc theo nhóm rất cao, luôn được đồng nghiệp nhiệt tình hợp tác, giúp đỡ.

Vì công việc do chị Tư Đình phụ trách rất cần có khả năng giao tiếp bằng tiếng Việt, tôi cho rằng việc tham gia khóa học tiếng Việt một năm tại Trung tâm thực hành Ngôn ngữ học và tiếng Việt, trường Đại học Quốc gia Hà Nội sẽ giúp ích cho chị Tư Đình rất nhiều trong công việc. Tôi cũng tin rằng chị Lâm Tư Đình có khả năng hoàn thành tốt khóa học tiếng Việt một năm tại Trung tâm.

Đài Nam, ngày 20 tháng 03 năm 2010

PGS. Tưởng Vi Văn

Từ vựng mở rộng

vinh dự	榮幸 êng-hēng		thời hạn	期限 kî-hān
trách nhiệm	責任 chek-jīm		thân thiện	親善、友好 iú-hó
thúc đẩy	促進 chhiok-chìn		đoàn kết	團結 thoân-kiat
mẫu mực	模範 hó-iūⁿ		cộng tác	合作、協助 hap-chok
kỷ luật	紀律 kì-lùt		giúp ích	有益於 iú-ek

BÀI 4
THƯ GIỚI THIỆU ĐI LÀM

1. VĂN BẢN MẪU

Khoa Van hóa học Đại học KHXH & NV TPHCM 10-12 Đinh Tiên Hoàng, – Q.1 – TPHCM Email: ngocthem@gmail.com	Khoa Văn học Đài Loan Trường Đại học Thành Công – Đài Loan Số 1 đường Đại học, Đài Nam, Đài Loan Email: uibunoffice@gmail.com

Kính gửi: **GS. Trần Ngộc Thêm, Khoa Văn hóa học**

Tôi là Hồ Nhân Hưng, phó chủ nhiệm khoa Văn học Đài Loan, trường Đại học Thành Công. Tôi rất hân hạnh viết thư này giới thiệu em Hoàng Thục Quân đến quý khoa.

Em Quân là sinh viên đã học thạc sĩ tại khoa Văn học Đài Loan 3 năm qua. Tôi là giáo viên trực tiếp giảng dạy và hướng dẫn tốt nghiệp của em. Trong suốt thời gian em Quân học tập và nghiên cứu tại khoa, tôi nhận thấy Quân là một sinh viên rất thông minh, chăm chỉ, nghiêm túc trong học tập và có nhiều sáng tạo trong các nghiên cứu khoa học. Tháng 8 vừa qua Quân đã tốt nghiệp loại ưu. Luận văn tốt nghiệp của Quân được đánh giá rất cao. Quân đã tham gia một vài hội thảo và tháng 11 tới sẽ tham một gia hội thảo lớn tại châu Âu với đề tài phát triển từ luận văn của em.

Không chỉ tâm huyết trong học tập và nghiên cứu, Quân còn rất nhiệt tình tham gia các hoạt động của khoa, của trường. Trong thời gian 2 năm làm hội trưởng hội Sinh viên của khoa, Quân đã dẫn dắt, cùng với hội sinh viên tổ chức nhiều hoạt động lớn có ý nghĩa, ấn tượng nhất là tuần lễ vì người cao tuổi với nhiều hoạt động giúp đỡ người cao tuổi tại thành phố Đài Nam.

Học giỏi, sáng tạo, khiêm tốn, hòa đồng và sôi nổi nên Quân được các thầy cô và bạn bè rất quý mến. Hiện Quân đang có nguyện vọng muốn đến Việt Nam làm việc và nghiên cứu thêm về văn hóa Việt Nam, đặc biệt mong muốn được giảng dạy tiếng Đài Loan tại quý khoa một thời gian. Tôi tin rằng Thục Quân sẽ là một giáo viên rất tốt. Bên cạnh chuyên môn giỏi, Thục Quân còn rất hòa đồng và thân thiện nên chắc chắn sẽ tạo được lòng tin và sự quý mến đối với cấp trên cũng như các đồng nghiệp.

Vậy tôi viết thư này kính mong quý khoa tạo điều kiện giúp đỡ em Thục Quân thực hiện được nguyện vọng của mình.

Xin trân trọng cảm ơn!

Đài Nam ngày 23 tháng 09 năm 2009

Ký tên

GS. TS. Hồ Nhân Hưng

2. BẢNG TỪ

hân hạnh	榮幸 êng-hēng	hội trưởng	會長 hoē-tiúⁿ
hướng dẫn tốt nghiệp	指導畢業 chí-tō	dẫn dắt	帶領 chhoā-thâu
loại ưu	優秀 iu-siù	hòa đồng	友善 iú-siān
luận văn tốt nghiệp	畢業論文 p.g. lūn-bûn	nguyện vọng	願望 goān-bōng
đề tài	題目 tê-bȧk	quý mến	珍愛 thiàⁿ-thàng
tâm huyết	心血 sim-hiat	cấp trên	學長姊 hȧk-tiúⁿ

3. MỤC ĐÍCH VÀ NỘI DUNG CỦA THƯ GIỚI THIỆU ĐI LÀM

3.1 Mục đích

- Dùng để tiến cử một cá nhân đến làm việc với một cá nhân khác / tại một tổ chức khác với mục đích làm tăng uy tín của người được giới thiệu đối với cá nhân, tổ chức sẽ tiếp nhận thư.

- Người viết cần hiểu rõ về người mình sẽ giới thiệu vì điều này ảnh hưởng trực tiếp tới uy tín của người viết.

- Người viết cần xác định rõ quan hệ xã hội giữa đối tượng mình giới thiệu (sinh viên, đồng nghiệp, nhân viên..) và đối tượng sẽ tiếp nhận thư (chức vụ, tuổi tác, học hàm, học vị..) để tiện việc xưng hô.

3.2 Nội dung

Thư giới thiệu đi làm, như những mẫu thư khác, thường gồm 3 phần: Phần mở đầu, phần nội dung chính và phần cuối thư. Tuy nhiên, mục đích viết thư khác nhau sẽ tạo nên sự khác biệt trong nội dung từng phần, cụ thể:

Phần 1: Mở đầu

- Vì mục đích của thư là lấy uy tín của người viết để đảm bảo cho đối tượng được giới thiệu, vì vậy phần đầu thư người viết cần nêu rõ tên, địa chỉ của cơ quan, tổ chức trực thuộc để đảm bảo độ tin cậy với đối tượng tiếp nhận thư.

- Đối tượng tiếp nhận thư.

Phần 2: Nội dung chính

- Người viết thư tự giới thiệu vắn tắt bản thân và nêu lý do viết thư để giới thiệu ai.

- Cung cấp thông tin sơ lược về người được giới thiệu :

  + Quan hệ thế nào với người viết?

  + Ưu điểm của người được giới thiệu.

- Người viết cần có một vài lập luận để thuyết phục người đọc :

    + Giải thích vì sao người viết giới thiệu đối tượng.

    + Vì sao người viết thấy đối tượng có thể đảm nhận được công việc đề cập.

    + Những khả năng nào của người được giới thiệu khiến người viết tin tưởng vào sự giới thiệu của mình.

- Người viết đề đạt nguyện vọng: Mong người/ nơi tiếp nhận thư sẽ tạo điều kiện cho người được giới thiệu.

Phần 3: Cuối thư

- Cảm ơn đối tượng tiếp nhận thư

- Ghi rõ địa điểm, thời gian viết thư

- Ký tên

Lưu ý :

- Kết thúc bức thư luôn là "Kính thư" để bày tỏ sự tôn trọng (trong quan hệ xã hội).

- Để đảm bảo độ tin cậy của nội dung bức thư cũng như danh tính của người viết, thư giới thiệu đi làm cũng như thư giới thiệu đi học, cần ghi rõ thông tin liên hệ của người viết như số điện thoại, số fax, địa chỉ email.

4. MẪU CÂU

4.1 Cách xưng hô

- Nếu biết đối tượng tiếp nhận thư cụ thể :

> Kính gửi + Học vị/Chức danh + Tên đầy đủ

Ví dụ:

    + *Kính gửi*: Giáo sư Nguyễn Hải Hữu

    + *Kính gửi*: Giám đốc Hoàng Đình Thân

- Nếu không biết đối tượng tiếp nhận thư cụ thể:

> Kính gửi + Tên cơ quan/ tổ chức tiếp nhận thư

Ví dụ:

+ *Kính gửi*: Khoa Văn học Đài Loan - Trường Đại học Thành Công

+ *Kính gửi*: Viện Việt Nam học và Phát triển - Đại học Quốc gia Hà Nội

- Người viết xưng "Tôi"

4.2. Cách nêu mục đích viết thư

> Tôi rất hân hạnh viết thư này giới thiệu (ai) đến (đâu) để (làm gì)
>
> Tôi viết thư này xin thưa với/đề đạt với (…) một việc như sau

Ví dụ:

+ *Tôi rất hân hạnh viết thư này giới thiệu* em Lê Hà Thu *đến* Trung tâm *để* xin thực tập.

+ *Tôi viết thư này xin thưa với giáo sư một việc như sau...*

4.3. Cách bày tỏ niềm tin, sự khẳng định:

> Nếu được tiếp nhận vào làm việc tại (...) , tôi tin + (...) sẽ......

Ví dụ:

+ *Nếu được vinh dự tiếp nhận vào làm việc tại* vị trí này, *tôi tin* em Dương *sẽ* đảm trách rất tốt công việc của mình.

+ *Nếu* em Sơn *được nhận vào làm việc tại* quý cơ quan, *tôi tin* Sơn *sẽ* không phụ lòng mong đợi của quý vị.

4.4. Đề đạt nguyện vọng/ yêu cầu

Kính mong + (Giáo sư/ Viện trưởng/ Quý khoa..) + tạo điều kiện cho/giúp..

Ví dụ:

+ *Kính mong giáo sư (xem xét) tạo điều kiện giúp đỡ* trong việc tiếp nhận em Quân trở thành người phụ trách chương trình này.

+ *Kính mong quý viện tạo điều kiện cho* em Quân đạt được nguyện vọng của mình là được làm việc tại quý viện.

4.5. Lời cảm ơn

Xin chân thành/ trân trọng cảm ơn + Đối tượng tiếp nhận thư

Ví dụ:

+ *Xin chân thành cảm ơn giáo sư!*
- Nếu đối tượng tiếp nhận là tổ chức/cơ quan thì không cần thiết phải ghi rõ (ví dụ: quý viện/ quý khoa…)

Ví dụ:

+ *Xin trân trọng cảm ơn!*

5. VĂN BẢN THAM KHẢO

5.1 Thư giới thiệu sinh viên đi thực tập

Viện Ngôn ngữ học
Số 9, Kim Mã Thượng, Hà Nội

Trung tâm Nghiên cứu Việt Nam
Trường Đại học Thành Công – Đài Loan
Điện thoại: +886-7-2757575 ~ 52627
Email: uibunoffice@gmail.com

Kính gửi: GS. Nguyễn Văn Hiệp, Viện trưởng Viện Ngôn ngữ học

Tôi là Tưởng Vi Văn, giám đốc Trung tâm Nghiên cứu Việt Nam thuộc Đại học Quốc gia Thành Công. Tôi rất hân hạnh viết thư này để giới thiệu em Nguyễn Hà Thu đến quý viện xin thực tập

Thu là sinh viên tôi đang hướng dẫn làm luận văn tốt nghiệp Thạc sĩ với đề tài nghiên cứu về sự giao thoa ngôn ngữ giữa Việt Nam và Đài Loan. Là người khá cầu toàn và có tinh thần nghiên cứu khoa học nghiêm túc, với mong muốn việc nghiên cứu được khách quan và chính xác hơn, em Thu có nguyện vọng xin đến làm nhân viên thực tập tại cơ quan của quý vị. Tôi tin với tác phong làm việc nghiêm túc và sự sáng tạo, thông minh của sinh viên này, quý cơ quan sẽ có thêm một nhân viên đắc lực.

Vậy kính mong quý viện tạo điều kiện giúp đỡ để em Thu hoàn thành luận văn tốt nghiệp một cách xuất sắc.

Xin trân trọng cảm ơn!

Đài Nam ngày 26 tháng 3 năm 2010

Ký tên

GS.TS. Tưởng Vi Văn

5.2. Thư giới thiệu nhân viên cũ đi làm

Đại học Quốc Gia Hà nội **Trường ĐH KHXH và NV** **Khoa Việt Nam học và Tiếng Việt** B7 bis Bách Khoa, Hai Bà Trưng, Hà nội	**Trung tâm Nghiên cứu Văn hóa Việt – Đài** **Trường Đại học Thành Công – Đài Loan** Số 23 đường Kuang Fu, Đài Nam, Đài Loan Điện thoại: 886-06-345635/Fax: 886-06-345634 Email: uibuinoffice@gmail.com

Kính gửi: GS. Vũ Văn Thi - Chủ nhiệm khoa Việt Nam học và Tiếng Việt

Tôi là Thái Minh Định, giám đốc trung tâm nghiên cứu Văn hóa Việt Đài. Tôi viết thư này có một việc muốn thưa với giáo sư như sau.

Trong lần gặp gỡ gần đây tại Viện Ngôn ngữ học, giáo sư có đề cập tới việc Khoa Việt Nam học đang có nhu cầu tuyển nhân sự phụ trách chương trình trao đổi sinh viên giữa quý khoa và khoa Văn học Đài Loan-Đại học Thành Công. Tôi rất hân hạnh giới thiệu tới giáo sư một người mà tôi cho là rất phù hợp với vị trí này, em Lâm Vệ Tuệ, trợ lý nghiên cứu cũ của tôi.

Em Vệ Tuệ tốt nghiệp Thạc sĩ tại khoa Văn học Đài Loan. Vì rất muốn tìm hiểu và nghiên cứu về Việt Nam nên sau khi tốt nghiệp, Vệ Tuệ đã xin vào làm việc tại trung tâm của tôi. Trong 3 năm làm việc tại trung tâm, Vệ Tuệ được mọi người rất quý mến. Cá nhân tôi, tôi đánh giá rất cao sự thông minh, sáng tạo, hết lòng vì công việc và tinh thần học hỏi cao của Vệ Tuệ. Em ấy đã hỗ trợ tôi rất nhiều trong những lần tôi đi công tác tại Việt Nam nhờ khả năng tiếng Việt rất tốt và sự am hiểu khá sâu sắc phong tục tập quán Việt. Tháng hai vừa rồi Vệ Tuệ xin phép nghỉ làm tại trung tâm để thực hiện kế hoạch đến sống và làm việc tại Việt Nam một vài năm. Tháng 4 này em ấy sẽ tới Hà nội.

Người phụ trách chương trình trao đổi này cần am hiểu văn hóa, ngôn ngữ hai nước Việt – Đài. Đồng thời phải là người năng động, hòa đồng và có trách nhiệm cao do thường xuyên phải tiếp xúc gần gũi với sinh viên trong thời gian các em ở nước ngoài. Tôi nghĩ Vệ Tuệ hoàn toàn đáp ứng được những yêu cầu công việc đặt ra. Nếu được vinh dự tiếp nhận vào vị trí này, với năng lực và kinh nghiệm làm việc của Vệ Tuệ, tôi tin em sẽ đảm trách rất tốt công việc của mình.

Vậy tôi viết thư này kính mong giáo sư xem xét tạo điều kiện giúp đỡ trong việc tiếp nhận em Vệ Tuệ trở thành người phụ trách chương trình này.

Xin chân thành cảm ơn giáo sư!

Đài Nam ngày 23 tháng 03 năm 2010

Ký tên

PGS. TS Thái Minh Định

Từ vựng mở rộng

giao thoa	交流 kau-liû	hỗ trợ	協助 hiàp-chō̄
cầu toàn	求全 kiû-choân	am hiểu	通曉 bat-ū-thàu
khách quan	客觀 kheh-koan	hoàn toàn	完全 oân-choân
tác phong (làm việc)	作風 chok-hong	đáp ứng	答應 tap-èng
đắc lực	得力 ū-làt	đặt ra	提出 thê-chhut
đề cập	提及 thê-tiòh	tiếp nhận	接受 chiap-siū
phụ trách	負責 hū-chek	năng lực	能力 lêng-lèk
chương trình	計畫 kè-oē	đảm trách	負責 hū-chek
tinh thần	精神 cheng-sîn	xem xét	察看 chhâ-khoàⁿ

PHẦN 2

HỒ SƠ

BÀI 5
BẰNG TỐT NGHIỆP

1. VĂN BẢN MẪU

CỘNG HÒA XÃ HỘI CHỦ NGHĨA VIỆT NAM
Độc lập – Tự do – Hạnh phúc

(Chức danh người đứng đầu đơn vị)
(Tên đơn vị)

Cấp bằng
(Loại hình đào tạo)
Ngành:
Hệ: (nếu có)
Loại: (nếu có)
Cho: (tên người tốt nghiệp)
Sinh ngày: (dd/mm/yyyy)   Tại: (tên tỉnh/ thành phố)

Quyết định công nhận tốt nghiệp số   (Tỉnh/ Thành phố, ngày__tháng__năm__)
Vào sổ số   (Người đứng đầu đơn vị cấp bằng)
Số ký hiệu bằng   Ký tên và đóng dấu

2. BẢNG TỪ

sư phạm	師範 su-hoān	hiệu trưởng	校長 hāu-tiúⁿ
căn cứ	根據 kun-kù	quốc gia	國家 kok-ka
đề nghị	提議、建議	ngoại ngữ	外語 goā-gí
khoa học	科學 kho-håk	ngành	專業 choan-giåp
đào tạo	培訓 poê-hùn	hệ	等級 téng-kip
cấp	頒發 pan-hoat	chất lượng	品質 phín-chit
bằng	文憑 bûn-pêng	hạng	種類 chióng-lūi
tốt nghiệp	畢業 pit-giåp	cho	給 hō˙
số hiệu	編號 phian-hō	sinh ngày	出生日 seⁿ-jit
vào sổ	登記號 teng-kì-hō	quyết định	決定 koat-tēng
ngữ văn	語文 gí-bûn	công nhận	承認 sêng-jīn
thạc sỹ	碩士 såk-sū		

3. MỤC ĐÍCH VÀ NỘI DUNG CỦA BẰNG TỐT NGHIỆP

3.1. Mục đích của bằng tốt nghiệp

Bằng tốt nghiệp là do một cơ sở giáo dục đào tạo cấp cho người học nhằm chứng nhận học sinh đó đã hoàn thành chương trình học và đã thông qua kỳ thi cuối cùng của khóa học.

3.2. Nội dung của bằng tốt nghiệp

Nội dung một tấm bằng tốt nghiệp thường được chia làm 3 phần chính.

Phần 1: Quốc hiệu: Thường được viết ở hai dòng đầu tiên, cách nội dung chính của văn bản khoảng hai đến ba dòng, được định dạng giống nhau ở tất cả các văn bản hành chính như sau:

CỘNG HÒA XÃ HỘI CHỦ NGHĨA VIỆT NAM

Độc lập – Tự do – Hạnh phúc

Phần 2: Là nội dung chính của văn bản, thường cung cấp những thông tin như sau:

(1) Đơn vị cấp bằng tốt nghiệp: bao gồm tên đơn vị cấp bằng tốt nghiệp và chức danh người đứng đầu đơn vị đó.

(2) Loại hình tốt nghiệp: cử nhân, thạc sỹ….

(3) Ngành học: chuyên ngành chính và hệ đào tạo (nếu có).

(4) Xếp loại tốt nghiệp: xuất sắc, giỏi, khá, trung bình…

(5) Người được cấp bằng tốt nghiệp: họ tên, ngày sinh, nơi sinh.

Phần 3: Thường được chia làm hai nội dung nhỏ in ở hai bên trong phần cuối của bằng tốt nghiệp.

(1) Địa điểm cấp bằng, ngày cấp, ký tên đóng dấu của người đứng đầu đơn vị cấp bằng.

(2) Số hiệu quyết định công nhận tốt nghiệp, số hiệu bằng, số hiệu vào sổ.

Lưu ý: Một số đơn vị cấp bằng tốt nghiệp bao gồm cả tiếng Anh và tiếng Việt. Phần tiếng tiếng Anh thường được in ở bên trái, phần tiếng Việt được in ở bên phải của văn bản.

4. VĂN BẢN THAM KHẢO

BÀI 6
CHỨNG CHỈ, GIẤY CHỨNG NHẬN TỐT NGHIỆP

1. VĂN BẢN MẪU

1.1. Chứng chỉ tốt nghiệp

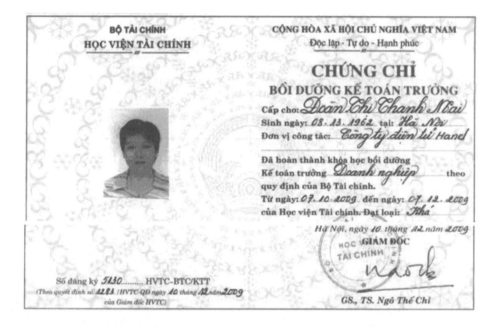

1.2. Giấy chứng nhận tốt nghiệp

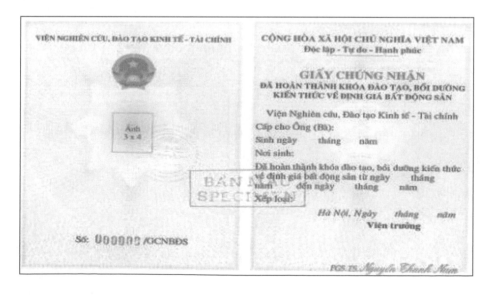

2. BẢNG TỪ

bồi dưỡng	培養 poê-iúⁿ	định giá	定價 tēng-kè
kế toán trưởng	會計長 koè-kè-tiúⁿ	bất động sản	不動產 put-tōng-sán
công tác	工作 kang-chok	khóa	年級 nî-kip
quy định	規定 kui-tēng	kiến thức	知識 tì-sek
Chứng chỉ	證書/證照 chèng-chiàu	xếp loại	分類 hun-lūi
giấy chứng nhận	證明書 chèng-bêng-su	số đăng ký	登記號 teng-kì-hō

3. MỤC ĐÍCH VÀ NỘI DUNG CỦA CHỨNG CHỈ, GIẤY CHỨNG NHẬN TỐT NGHIỆP.

3.1 Mục đích

- Nhằm xác nhận tổ chức hoặc cá nhân đã hoàn thành một khóa đào tạo (kiến thức, chuyên môn, kĩ năng..) ở một mức độ nào đó.
- Chứng chỉ tốt nghiệp hay giấy chứng nhận tốt nghiệp là loại hình văn bản theo mẫu quy định của nhà nước hoặc đơn vị trực tiếp ban hành.

3.2. Nội dung
Giấy chứng nhận tốt nghiệp/chứng chỉ tốt nghiệp chia thành 4 phần:

Phần 1: Bên trái văn bản:
- Nêu tên đơn vị cấp chứng chỉ/ giấy chứng nhận tốt nghiệp, bao gồm cả đơn vị trực thuộc.
- Ảnh người được cấp chứng chỉ (thường có đóng dấu giáp lai)
- Số đăng ký chứng nhận.

Phần 2: Bên phải văn bản

- Quốc hiệu

- Tiêu đề: GIẤY CHỨNG NHẬN / CHỨNG CHỈ

- Nội dung chứng nhận (chi tiết):

> + Chuyên môn đào tạo: Bồi dưỡng kế toán trưởng, Tin học văn phòng…

> + Cơ quan, đơn vị đào tạo.

> + Thông tin về người được cấp chứng nhận: họ tên, ngày sinh, nơi sinh.

> + Thời gian được cấp chứng nhận.

Phần 3: Xếp loại

> Đạt loại / Xếp loại:

> + Trung bình

> + Trung bình Khá

> + Khá

> + Tốt

> + Giỏi

> + Xuất sắc.

Phần 4:

- Ghi rõ thời ngày …tháng …năm giấy chứng nhận được cấp

- Người có thẩm quyền đại diện ký tên, đóng dấu

> + Ghi chức danh

>> Ví dụ: Viện trưởng/ Hiệu trưởng/ Giám đốc

> + Ký tên, viết rõ họ tên đầy đủ

> + Đóng dấu

- Lưu ý: Trước họ tên thường kèm theo học hàm, học vị của người đại diện.

> Ví dụ: GS.TS Từ Khang Đức; PGS. TS Lê Mai Anh…

4. MẪU CÂU

4.1. Đã hoàn thành khóa học về + nội dung khóa học

Ví dụ:

+ *Đã hoàn thành khóa học về* kỹ năng trang điểm cơ bản.

+ *Đã hoàn thành khóa học* bồi dưỡng kế toán trưởng doanh nghiệp.

4.2. Cấp cho + Ông/ bà + Tên người được cấp

Ví dụ:

+ *Cấp cho*: Ông/ bà Hoàng Thanh Mai

5. VĂN BẢN THAM KHẢO

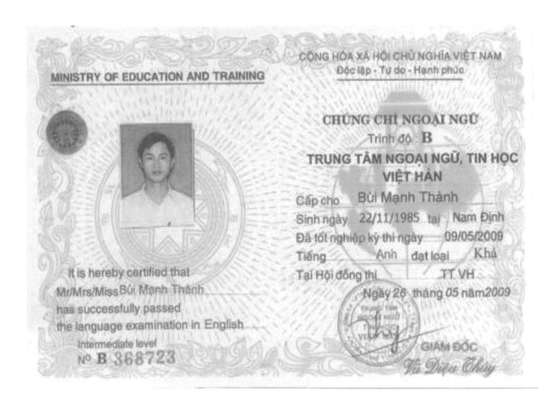

CÔNG TY CP XD-TM CĂN NHÀ MƠ ƯỚC
DREAM HOUSE CORP.

Số: 146 /MGBĐS

CỘNG HÒA XÃ HỘI CHỦ NGHĨA VIỆT NAM
Độc lập - Tự do - Hạnh phúc

GIẤY CHỨNG NHẬN
ĐÃ HOÀN THÀNH KHÓA ĐÀO TẠO, BỒI DƯỠNG
KIẾN THỨC VỀ MÔI GIỚI BẤT ĐỘNG SẢN

CÔNG TY CỔ PHẦN XD-TM CĂN NHÀ MƠ ƯỚC
DREAM HOUSE CORP.

Cấp cho ông/bà: HUỲNH MINH TUẤN
Sinh ngày: 05 tháng 4 năm 1972
Nơi sinh: Thanh Hóa
Đã hoàn thành khóa đào tạo, bồi dưỡng kiến thức về
MÔI GIỚI BẤT ĐỘNG SẢN
Từ ngày 17 tháng 9 năm 2008
đến ngày 01 tháng 11 năm 2008
Xếp loại: Giỏi

Tp. HCM, ngày 10 tháng 11 năm 2008
TỔNG GIÁM ĐỐC

HÀN ĐỨC THÀNH

BÀI 7
BẢNG ĐIỂM TỐT NGHIỆP

1. VĂN BẢN MẪU

BỘ GIÁO DỤC VÀ ĐÀO TẠO   CỘNG HOÀ XÃ HỘI CHỦ NGHĨA VIỆT NAM
TRƯỜNG ĐẠI HỌC SƯ PHẠM HÀ NỘI   Độc lập - Tự do - Hạnh phúc

BẢNG ĐIỂM CAO HỌC

Cấp cho ông (bà):   **Hồ Thị Thanh Nga**   Giới tính: **Nữ**

Sinh ngày: **02-02-1984**   Tại: **Thanh Hoá**

Là học viên khóa: **2006 - 2008 (K16)**   Hình thức đào tạo: *Chính quy tập trung*

Chuyên ngành: **Hán Nôm**

TT	Tên các môn học	Số ĐVHT	Điểm TB	Ghi chú (Điểm thi lần 2)
1	Ngoại ngữ	14	9.2	
2	Triết học	6	7.0	
3	Lý luận dạy học đại học	3	7.6	
4	Ngôn ngữ và văn học	4	8.0	
5	Thi pháp học	4	7.8	
6	Các khuynh hướng ngôn ngữ học	4	8.1	
7	Đại cương ngôn ngữ học và phương pháp nghiên cứu	4	7.4	
8	Văn bản và liên kết văn bản	4	7.3	
9	Ngữ nghĩa học đại cương và một số vấn đề ngữ nghĩa tiếng Việt	4	8.0	
10	Ngữ pháp học đại cương và một số vấn đề ngữ pháp tiếng Việt	4	7.7	
11	Nho gia thời tiên Tần	4	8.8	
12	Lịch sử tiếng Việt	4	9.3	
13	Thơ từ khúc Trung Hoa	3	9.0	
14	Một số đặc điểm văn bản Hán Nôm Việt Nam thời trung đại	3	9.0	
15	Văn bản Hán Nôm trong nhà trường	4	9.3	
16	Văn bản học Hán Nôm	4	8.0	
17	Chữ Nôm và văn bản Nôm	4	9.8	

- Điểm trung bình chung các môn học: **8.37**
- Điểm luận văn: **10.00**
- Đề tài luận văn: *Chữ Hán trong từ Lý Thanh Chiếu*
- Bảo vệ ngày 31 tháng 8 năm 2008 tại Hội đồng chấm luận văn gồm:

STT	Họ và tên	Cơ quan công tác	Trách nhiệm trong HĐ
1.	PGS. Đặng Đức Siêu	Trường ĐHSP Hà Nội	Chủ tịch
2.	PGS.TS Đinh Khắc Thuân	Viện Hán Nôm	Phản biện 1
3.	TS. Lê Văn Toàn	Học viện CTQG HCM	Phản biện 2
4.	PGS.TS Hoàng Thị Ngọ	Viện Hán Nôm	Thư ký
5.	GS.TS Nguyễn Ngọc San	Trường ĐHSP Hà Nội	Uỷ viên

Vào sổ BĐCH   Hà Nội, ngày 10 tháng 05 năm 2009
Số: 20   KT. HIỆU TRƯỞNG
                       PHÓ HIỆU TRƯỞNG

                       PGS.TS. Trần Văn Ba

2. BẢNG TỪ

bộ giáo dục	教育部 kàu-iȯk-pō	ngữ pháp	文法 gú-hoat
đại học sư phạm	師範大學	nho gia	儒家 jû-ka
bảng điểm	成績單 sêng-chek	lịch sử	歷史 lȧk-sú
kết quả	結果 kiat-kó	thơ	詩 si
cao học	碩士 sėk-sū	trung đại	中代 tiong-tāi
học viên	研究生 gián-kiù-seng	Hán Nôm	漢喃 Hàn Lâm
hình thức đào tạo	培訓形式	chữ Nôm	喃字 Lâm-jī
	Poê-hùn hêng-sek	điểm	分數 hun-sòʹ
lý luận	理論 lí-lūn	trung bình	平均 pêng-kun
văn học	文學 bûn-hȧk	bảo vệ	口試 kháu-chhì
thi pháp học	詩學 si-hȧk	hội đồng chấm thi	口試委員
khuynh hướng	趨勢 chhu-sè	viện Hán Nôm	漢喃院 Hàn Lâm Īⁿ
đại cương	大綱 tāi-kong	hiệu phó	副校長 hù hāu-tiúⁿ
phương pháp	方法 hong-hoat	ngữ nghĩa học	語意學 gí-ì-hȧk
văn bản	文本 bûn-pún	liên kết	連結 liân-kiat

3. MỤC ĐÍCH VÀ NỘI DUNG CỦA BẢNG ĐIỂM TỐT NGHIỆP

3.1. Mục đích của bảng điểm tốt nghiệp

Bảng điểm tốt nghiệp là do một cơ sở giáo dục đào tạo cấp cho người học nhằm chứng nhận học sinh đó đã hoàn thành chương trình học với kết quả học tập cụ thể của từng môn học và của toàn khóa học.

3.2. Nội dung của bảng điểm tốt nghiệp

Nội dung bảng điểm tốt nghiệp thường được chia làm 3 phần chính.

Phần 1: Bao gồm quốc hiệu và tên đơn vị cấp bảng điểm.

- Quốc hiệu: thường được viết ở hai dòng đầu tiên, bên trái, cách nội dung chính của văn bản khoảng một dòng, được định dạng giống nhau ở tất cả các văn bản hành chính như sau:

    CỘNG HÒA XÃ HỘI CHỦ NGHĨA VIỆT NAM

    Độc lập – Tự do – Hạnh phúc

- Tên đơn vị cấp bảng điểm: thường được viết bằng chữ in hoa ở hai dòng đầu tiên, bên phải, song song với quốc hiệu, nếu đơn vị cấp bảng điểm trực thuộc một đơn vị cấp lớn hơn thì phải viết cả hai, đơn vị cấp lớn hơn viết trước, sau đó đến đơn vị cấp trực thuộc.

    Ví dụ

    +   BỘ GIÁO DỤC VÀ ĐÀO TẠO

          TRƯỜNG ĐẠI HỌC SƯ PHẠM HÀ NỘI

    +   TRƯỜNG ĐẠI HỌC QUỐC GIA HÀ NỘI

       TRƯỜNG ĐẠI HỌC KHOA HỌC XÃ HỘI VÀ NHÂN VĂN

Phần 2: Là nội dung chính của văn bản, thường cung cấp những thông tin như sau:

(6) Người được cấp bảng điểm tốt nghiệp: họ tên, ngày sinh, nơi sinh.

(7) Loại hình tốt nghiệp: cử nhân, thạc sỹ….

(8) Ngành học: chuyên ngành chính và hệ đào tạo (nếu có).

(9) Khóa học: từ năm nào đến năm nào.

(10)   Tên các môn học, điểm thi, điểm luận văn, điểm trung bình toàn khóa học.

(11)   Hội đồng bảo vệ luận văn tốt nghiệp (nếu có)

Phần 3: Địa điểm cấp bảng điểm, ngày cấp, ký tên đóng dấu của người đứng đầu đơn vị cấp bảng điểm.

Lưu ý: Một số đơn vị cấp bảng điểm tốt nghiệp bao gồm cả tiếng Anh và tiếng Việt. Phần tiếng tiếng Anh thường được in ở mặt sau của bảng điểm.

4. VĂN BẢN THAM KHẢO

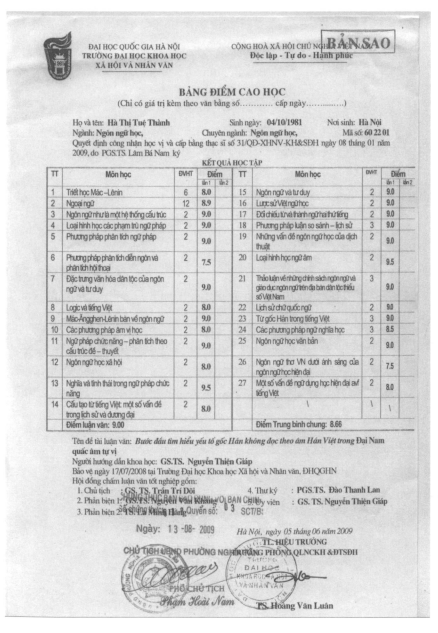

BÀI 8

ĐƠN XIN HỌC

1. VĂN BẢN MẪU

CỘNG HÒA XÃ HỘI CHỦ NGHĨA VIỆT NAM

Độc lập – Tự do – Hạnh phúc

ĐƠN XIN HỌC

Kính gửi: Khoa Việt Nam học và Tiếng Việt

Trường Đại học Khoa học Xã hội và Nhân văn Hà Nội.

Tên tôi là: Lâm Tố Phương

Sinh ngày: 21 tháng 09 năm 1984

Hiện đang là sinh viên khoa Văn học Đài Loan tại Đại học Thành Công, thành phố Đài Nam, Đài Loan.

Tôi được biết hiện nay chương trình hợp tác trao đổi sinh viên giữa quý Khoa và Khoa Văn học Đài Loan, Đại học Thành Công đang có đợt tuyển sinh viên mới sang Việt Nam theo học khóa học hè về Việt Nam học và tiếng Việt. Nhận thấy thời gian, điều kiện và nội dung khóa học rất phù hợp với nhu cầu hiên tại của tôi, tôi viết đơn này xin quý khoa cho tôi đăng ký tham gia khóa học. Tôi xin cam kết chấp hành mọi nội quy và yêu cầu của quý vị về khóa học cũng như cố gắng đạt kết quả học tập cao.

Xin trân trọng cảm ơn!

Đài Nam ngày 20 tháng 10 năm 2010

Người viết đơn

Lâm Tố Phương

2. BẢNG TỪ

đơn	申請單 sin-chhéng-su	đăng ký	登記 teng-kì
đợt	階段 kai-toā^n	chấp hành	執行 chip-hêng
nhu cầu	需求 su-kiû	nội quy	內規 lāi-kui
hiện tại	現在 chit-má	cam kết	承諾 chhùi-ān
tuyển	招生 chio-seng		

3. MỤC ĐÍCH VÀ NỘI DUNG CỦA ĐƠN XIN HỌC.

3.1 Mục đích của đơn xin học.

- Đơn xin học là văn bản mang tính chất cá nhân được dùng khi người viết yêu cầu, mong muốn được tham gia một chương trình đào tạo ngắn/ dài hạn.

- Người viết cần xác định bản thân có thuộc đối tượng viết đơn hay không, xác định cụ thể đối tượng tiếp nhận đơn, tên chương trình đào tạo mà người viết muốn tham gia.

3.2. Nội dung của đơn xin học.

Đơn xin học gồm các phần:

+ Phần mở đầu

      Quốc hiệu của Việt nam (Nếu là liên hệ với tổ chức ở Việt Nam)

      Tựa đề văn bản (Đơn xin học)

      Nơi nhận đơn

+ Phần nội dung chính

      Thông tin người viết đơn

      Nội dung đề đạt

+ Phần cuối

      Cám ơn

Thời gian, địa điểm làm đơn.

Người làm đơn ký, ghi rõ họ tên

4. MỘT SỐ MẪU CÂU CƠ BẢN.

4.1. Tôi được biết + thông tin

- Thường dùng trong văn phong hành chính khi người viết muốn dẫn nhập hoàn cảnh đưa đến nội dung thông tin chính cần đề đạt.

Ví dụ:

+ *Tôi được biết* quý viện đang tuyển sinh hệ Giáo dục từ xa

+ *Tôi được biết* quý hội đang tổ chức khóa đào tạo tiếng Đài miễn phí

4.2. Xét thấy …

- Giống như "*nhận thấy*", dùng trước mệnh đề, biểu thị ý nghĩa "vấn đề đã được tôi/chúng tôi xem xét và kết luận là.."

Ví dụ:

+ *Xét thấy* chương trình học rất phù hợp với nhu cầu hiện tại của tôi..

+ *Nhận thấy* thời gian học rất hợp lý và nội dung ngành học khá phong phú..

4.3. Tôi làm/viết đơn này xin + Đề đạt nguyện vọng

Ví dụ:

+ *Tôi làm đơn này xin* Hội đồng tuyển sinh cho tôi được dự thi tuyển sinh năm học 2011 của quý trường.

+ *Tôi viết đơn này xin* Quý khoa cho tôi đăng ký tham gia khóa học kỹ năng giao tiếp trong thương mại.

5. VĂN BẢN THAM KHẢO

CÔNG HOÀ XÃ HỘI CHỦ NGHĨA VIỆT NAM

Độc lập – Tự do – Hạnh phúc

ĐƠN XIN HỌC CAO HỌC

Năm học :...........................

Hệ đào tạo:.........................

Chuyên ngành :...................

Kính gửi:

- Hội đồng tuyển sinh SĐH Trường Đại học Y Dược Huế

– Phòng Đào tạo Sau đại học.

Tôi tên là :..,,

Sinh ngày :...............tháng...............năm...............Dân tộc:...............

Nơi sinh ....

....(Ghi huyện, tỉnh theo địa dư mới)

Quê quán..,,

....(Ghi huyện, tỉnh theo địa dư mới)

Đơn vị công tác:...

Năm tốt nghiệp Bác sĩ:.........................Xếp loại...................

Hệ đào tạo:...,,

Ngoại ngữ đăng ký dự thi:..

Căn cứ vào thông báo chiêu sinh của Trường Đại học Y Dược Huế và được sự đồng ý của cơ quan, tôi làm đơn này xin Hội đồng tuyển sinh Sau Đại học và Phòng đào tạo Sau Đại học cho tôi được dự thi tuyển sinh năm học.............................. của quí Trường.

Ngày . . . . . tháng . . . . . năm 200....

Người viết đơn

Xác nhận của cơ quan

CỘNG HÒA XÃ HỘI CHỦ NGHĨA VIỆT NAM
Độc lập – Tự do – Hạnh phúc

TP. Hồ Chí Minh, ngày... tháng... năm 200...

ĐƠN XIN CHUYỂN NGÀNH HỌC

Kính gửi: - Hiệu trưởng Trường ĐH Kỹ Thuật Công Nghệ Tp.HCM;
- Phòng Đào Tạo;
- Trưởng Khoa: ....

Tôi tên (chữ in hoa) : .... Ngày sinh: ....
Mã số sinh viên   : .... Khoa: .... Lớp: ....
Nay tôi làm đơn này xin được chuyển ngành học:
Từ ngành: .... Sang ngành: ....
Lý do: ....
....
Tôi xin chân thành cảm ơn!

Ý KIẾN CỦA PHỤ HUYNH   NGƯỜI VIẾT ĐƠN
                                       (Ký và ghi rõ họ và tên)
....
      (Ký và ghi rõ họ và tên)

XÉT DUYỆT CỦA KHOA CHUYỂN ĐI   XÉT DUYỆT CỦA KHOA TIẾP NHẬN
....
....
....
   Ngày .....tháng ..... năm 200.....   Ngày .....tháng ..... năm 200......
              XÉT DUYỆT CỦA TRƯỜNG
....
....
....
              TP. HCM, ngày .....tháng ..... năm 200........

Từ vựng mở rộng

hệ đào tạo	培訓等級 poê-hùn	mã số sinh viên	學號 hảk-hō
hội đồng tuyển sinh	招生委員 chio-seng u.o.	phụ huynh	家長 ka-tiún
chuyển ngành	轉系 choán hē	xét duyệt	審閱 sím-oảt
sau đại học	研究所 gián-kiù-só	tiếp nhận	錄取 lỏk-chhú

BÀI 9
ĐƠN XIN VIỆC

1. MẪU ĐƠN XIN VIỆC

CỘNG HÒA XÃ HỘI CHỦ NGHĨA VIỆT NAM
Độc lập – Tự do – Hạnh phúc

ĐƠN XIN VIỆC

Kính gửi: Ban giám đốc Ngân Hàng Nông nghiệp và Phát triển Nông thôn Việt Nam

Tôi tên là Nguyễn Thu Ngọc, sinh ngày 16/02/1985, cư trú tại Hà Nội. Tôi được biết thông tin tuyển dụng của Ngân hàng Nông nghiệp và Phát triển Nông thôn Việt Nam thông qua website của Ngân hàng. Vì vậy tôi viết đơn này mong được xin vào vị trí nhân viên phòng Kế hoạch kinh doanh như trên website đã thông báo.

Tôi đã tốt nghiệp trường Đại học Ngoại thương Hà Nội vào năm 2006 với chuyên ngành kinh doanh quốc tế. Sau đó, tôi đã từng làm việc với vị trí Chuyên viên tư vấn đầu tư cao cấp tại công ty quản lý đầu tư Mekong Capital, chi nhánh Hà Nội. Sau hai năm làm việc, tôi đã tiếp tục theo học chương trình thạc sỹ tại trường Đại học Quốc lập Thành Công, Đài Loan với chuyên ngành Quản trị kinh doanh và tốt nghiệp vào tháng 6/ 2010.

Qua những kiến thức đã được học và những kinh nghiệm tích lũy được trong thời gian làm việc trước đây, tôi thấy bản thân mình có thể phù hợp với vị trí nhân viên phòng Kế hoạch kinh doanh tại Ngân hàng Nông nghiệp và Phát triển Nông thôn Việt Nam. Tôi tin rằng tôi có thể sử dụng tốt những kiến thức và kinh nghiệm của mình để hoàn thành công việc một cách có hiệu quả nhất.

Tôi rất mong Ban giám đốc công ty sẽ cho tôi cơ hội để thể hiện năng lực đóng góp của tôi với sự phát triển của Ngân hàng.

Xin trân trọng cảm ơn.

Hà Nội, ngày 20 tháng 08 năm 2010

Người làm đơn

Ký tên

Nguyễn Thu Ngọc

2. BẢNG TỪ

xin việc	找工作 chhoē thâu-lō͘	cao cấp	高級 ko-kip
ban giám đốc	管理部 koán-lí-pō͘	quản lý	管理 koán-lí
ngân hàng	銀行 gîn-hâng	chi nhánh	分行 hun-hâng
nông nghiệp	農業 lông-gia̍p	kinh nghiệm	經驗 keng-giām
cư trú	居住 toà	tích lũy	累積 lúi-chek
thông tin	資訊 chu-sìn	bản thân	本身 pún-sin
tuyển dụng	招聘 chhiàⁿ-lâng	sử dụng	使用 sú-iōng
vị trí	職位 chit-ūi	hiệu quả	效果 hāu-kó
kế hoạch	計畫 kè-oē/kè-e̍k	thể hiện	展現 tián-hiān
kinh doanh	經營 keng-êng	đóng góp	貢獻 kòng-hiàn
thông báo	通知 thong-ti	đầu tư	投資 tâu-chu
chuyên viên	專員 choan-oân	tư vấn	諮詢 chu-sûn

3. MỤC ĐÍCH VÀ NỘI DUNG CỦA ĐƠN XIN VIỆC

3.1. Mục đích của đơn xin việc

- Đơn xin việc là nhằm mục đích giới thiệu nguyện vọng, mong muốn của bản thân người viết đơn với đơn vị tuyển dụng để có cơ hội được nhận vào một vị trí làm việc mà đơn vị tuyển dụng đang cần.

- Đơn xin việc là mối liên lạc đầu tiên của người xin việc với đơn vị tuyển dụng. Đơn vị đó sẽ căn cứ vào đơn xin việc để quyết định xem người viết đơn có phải là ứng cử phù hợp cho vị trí họ cần hay không, và có quyết định tiếp tục tiến hành phỏng vấn hay không.

3.2. Nội dung của đơn xin việc

Nội dung của đơn xin việc thường bao gồm ba phần, phần mở đầu, phần nội dung chính và phần cuối.

- **Phần mở đầu**: thường bao gồm những thông tin như sau

    - Quốc hiệu Thường được viết ở hai dòng đầu tiên, cách nội dung chính của văn bản khoảng một đến dòng, được định dạng giống nhau ở tất cả các văn bản hành chính như sau:

CỘNG HÒA XÃ HỘI CHỦ NGHĨA VIỆT NAM

Độc lập – Tự do – Hạnh phúc

    - Đơn xin việc: thường viết chữ in hoa to, ở giữa dòng.

    - Tên đơn vị tuyển dụng: thường bắt đầu bằng từ "kính gửi", sau đó là tên đơn vị tuyển dụng hoặc bộ phận có trách nhiệm tuyển dụng của đơn vị đó, có thể kèm theo chức danh của người đứng đầu bộ phận tuyển dụng.

- **Phần nội dung**: Người viết đơn cần phải cung cấp những nội dung chính như sau:

- Giới thiệu tên, tuổi, địa chỉ của người viết đơn.

- Đã nhìn thấy thông tin tuyển dụng ở đâu, khi nào, muốn xin vào vị trí công việc nào.

- Giới thiệu đơn giản về bản thân: bằng cấp, kinh nghiệm làm việc.

- Lý do tại sao muốn xin vào vị trí làm việc đó.

- Bày tỏ nguyện vọng và quyết tâm nếu được ứng cử vào vị trí làm việc đó.

- Lời cảm ơn.

- **Phần cuối**: Địa điểm viết đơn, ngày tháng và ký tên.

4. MỘT SỐ MẪU CÂU CƠ BẢN

4.1. *Tôi được biết thông tin tuyển dụng của* + (tên đơn vị tuyển dụng) + *thông qua* + (nơi thông báo về thông tin tuyển dụng)

Ví dụ:

+ *Tôi được biết thông tin tuyển dụng* của Ngân hàng Nông nghiệp và Phát triển Nông thôn Việt Nam *thông qua* website của Ngân hàng.

+ *Tôi được biết thông tin tuyển dụng* của khoa Đông Phương học *thông qua* tin tuyển dụng trên báo Lao động.

4.2. *Tôi viết đơn này mong được xin vào vị trí* + (tên vị trí tuyển dụng) + *như trên thông tin tuyển dụng đã thông báo.*

Ví dụ:

+ *Tôi viết đơn này mong được xin vào vị trí* nhân viên phòng Kế hoạch kinh doanh *như trên website đã thông báo*.

+ *Tôi viết đơn này mong được xin vào vị trí* giảng viên tiếng Trung *như trên thông tin tuyển dụng đã thông báo.*

4.3. ***Tôi đã tốt nghiệp tại*** **+ (tên trường đại học) +** *vào* **+ (năm) +** *với* **(chuyên ngành)**

Ví dụ:

+ *Tôi đã tốt nghiệp tại* trường Đại học Ngoại thương Hà Nội *vào* năm 2006 *với* chuyên ngành kinh doanh quốc tế.

+ *Tôi đã tốt nghiệp tại* trường Đại học Khoa học Xã hội và Nhân văn, Đại học Quốc Gia Hà Nội *vào* năm 2004 *với* chuyên ngành ngôn ngữ học.

4.4. ***Tôi đã từng làm việc với*** **+ (vị trí làm việc) +** *tại* **(đơn vị làm việc) +** *trong* ***thời gian*** **+ (số năm)**

Ví dụ:

+ *Tôi đã từng làm việc với* vị trí Chuyên viên tư vấn đầu tư cao cấp *tại* công ty quản lý đầu tư Mekong Capital, chi nhánh Hà Nội *trong thời gian* hai năm.

+ *Tôi đã từng giảng dạy* tiếng Việt *tại* Khoa Tiếng Việt, trường Đại học Quốc gia Hà Nội *trong thời gian* 5 năm.

4.5. ***Qua những kiến thức đã được học và những kinh nghiệm tích lũy được trong thời gian làm việc trước đây, tôi thấy bản thân mình có thể phù hợp với*** **+ (vị trí tuyển dụng) +** *tại* **+ (đơn vị tuyển dụng)**

Ví dụ:

+ *Qua những kiến thức đã được học và những kinh nghiệm tích lũy được trong thời gian làm việc trước đây, tôi thấy bản thân mình có thể phù hợp với* vị trí nhân viên phòng Kế hoạch kinh doanh *tại* Ngân hàng Nông nghiệp và Phát triển Nông thôn Việt Nam.

+ *Qua những kiến thức đã được học và những kinh nghiệm tích lũy được trong thời gian làm việc trước đây, tôi thấy bản thân mình có thể phù hợp với vị* trí giảng viên tiếng Trung *tại* khoa Đông Phương học.

4.6. *Tôi tin rằng tôi có thể sử dụng tốt những kiến thức và kinh nghiệm của mình để hoàn thành công việc một cách có hiệu quả nhất.*

Ví dụ:

+ Tôi tin rằng bằng những kiến thức và kinh nghiệm đã có được trong thời gian qua, tôi có thể hoàn thành công việc một cách có hiệu quả nhất.

+ Tôi tin rằng tôi có khả năng hoàn thành công việc một cách có hiệu quả nhất qua những kiến thực và kinh nghiệm mà tôi đã có.

4.7. *Tôi rất mong* + (người đứng đầu đơn vị tuyển dụng) + *sẽ cho tôi cơ hội để thể hiện năng lực đóng góp của tôi với sự phát triển của* + (đơn vị tuyển dụng).

Ví dụ:

+ *Tôi rất mong* Ban giám đốc công ty *sẽ cho tôi cơ hội để thể hiện năng lực đóng góp của tôi với sự phát triển của* Ngân hàng.

+ *Tôi rất mong sẽ có một cơ hội để thể hiện năng lực đóng góp của tôi với sự phát triển của* ngành khoa.

5. VĂN BẢN THAM KHẢO

CỘNG HÒA XÃ HỘI CHỦ NGHĨA VIỆT NAM
Độc lập – Tự do – Hạnh phúc

ĐƠN XIN VIỆC

Kính gửi: Phòng nhân sự - Viện Nghiên cứu Đông Nam Á – Viện Khoa học Xã hội Việt Nam

Tôi tên là Trần Hà Trang, sinh ngày 06/10/1985, cư trú tại Hà Nội. Tôi được biết thông tin tuyển dụng của Viện Nghiên cứu Đông Nam Á thông qua website của Viện và một số tờ báo khác. Vì vậy tôi viết đơn này mong được xin vào vị trí chuyên viên nghiên cứu về Trung Quốc học và Đài Loan học như trên website đã thông báo.

Tôi đã tốt nghiệp trường Đại học Khoa học Xã hội và Nhân văn, Đại học Quốc gia Hà Nội vào năm 2007 với chuyên ngành ngôn ngữ học. Sau đó, tôi đã tiếp tục theo học chương trình thạc sỹ tại trường Đại học Quốc lập Thành Công, Đài Loan với chuyên ngành văn học Đài Loan và tốt nghiệp vào tháng 6 năm 2010. Trong thời gian học Thạc sỹ, tôi đã tham gia nhiều kế hoạch hợp tác nghiên cứu giữa Đài Loan và Việt Nam, đồng thời cũng tham gia giảng dạy tiếng Việt và Văn hóa Việt Nam cho sinh viên Đài Loan.

Qua những kiến thức đã được học và những kinh nghiệm tích lũy được trong thời gian làm việc trước đây, tôi thấy bản thân mình có thể phù hợp với vị trí chuyên viên nghiên cứu về Trung Quốc học và Đài Loan học tại Viện nghiên cứu Đông Nam Á. Tôi tin rằng tôi có thể sử dụng tốt những kiến thức và kinh nghiệm của mình để hoàn thành công việc một cách có hiệu quả nhất.

Tôi rất mong sẽ có cơ hội để thể hiện năng lực đóng góp của tôi với sự phát triển của Viện, đồng thời thúc đẩy mối quan hệ hợp tác nghiên cứu giữa Việt Nam và Đài Loan.

Xin trân trọng cảm ơn.

Hà Nội, ngày 20 tháng 08 năm 2010
Người làm đơn
Trần Hà Trang

BÀI 10
LÝ LỊCH CÁ NHÂN

1. VĂN BẢN MẪU

Địa chỉ nhà riêng :17/235 phố Đặng Tiến Đông, Quận Đống Đa, Hà Nội, Việt Nam	Nơi làm việc : Viện Khoa học Xã hội Việt Nam Đ/c: Số 1, Liễu Giai, Ba Đình, Hà Nội, Việt Nam

TRẦN THỊ KIM DUNG

Điện thoại: 0168. 168. 1688
Email: dzungkim.tran@gmail.com
Ngày sinh: 10/22/1988

MỤC ĐÍCH

Xin học chương trình cao học thuộc chuyên ngành Văn hóa, Xã hội

QUÁ TRÌNH HỌC TẬP

2004-2008:   **Đại học Khoa học Xã hội và Nhân Văn Hà nội**
Bằng cấp: Cử nhân Ngôn ngữ học
Tốt nghiệp loại: Khá

2001- 2004:   **Phổ thông Trung học Việt Đức**
Tốt nghiệp loại: Giỏi

KINH NGHIỆM LÀM VIỆC

07/2008 đến nay: **Phòng Văn hóa,Viện Khoa học Xã hội Việt Nam**
Vị trí công việc: Nhân viên

09/2008 đến nay: **Tạp chí Ngôn Ngữ học Xã hội**
Vị trí công việc: Biên tập viên, làm bán thời gian

01/5 –07/2007:	Bí thư chi đoàn K49 Ngôn ngữ
	Phó bí thư liên chi đoàn Khoa Ngôn ngữ
	Đại học KHXH &NV

KHEN THƯỞNG - KỶ LUẬT

- **Giải khuyến khích tiếng Anh cấp thành Phố, Hà Nội**
  Năm 2003

- **Học bổng thường niên Trường Đại học KHXH và NV**
  Từ năm 2004 đến 2008

- **Học bổng khen thưởng của Ngân hàng Ngoại hối Hàn Quốc**
  Năm 2006 và 2007

- **Giải ba Nghiên cứu Khoa học Sinh viên**
  Năm 2007

HOẠT ĐỘNG NGOẠI KHÓA

- **Chủ tịch**

  Câu lạc bộ Tiếng Anh chi đoàn Khoa Ngôn ngữ học

  Năm 2006 - 2007

- **Phó chủ tịch**

  Câu lạc bộ Tài năng trẻ Khoa Ngôn Ngữ học

NĂNG LỰC BẢN THÂN

- **Thành thạo Tiếng Anh**
- **Tiếng Pháp giao tiếp**
- **Thành thạo Tin học văn phòng**

Để xác minh thông tin trong hồ sơ, quý vị có thể liên lạc với những người có tên dưới đây

TS. **Nguyễn Phan Kiên**
Phó Chủ nhiệm Khoa Ngôn
ngữ học ĐH KHXH & NV
ĐT: 84.4.6660 5343
Fax: +844 6660 5344
Email: knuyenp@gmail.com

TS. **Trần Nam Trung**
Trưởng Phòng Văn hóa-
Viện Khoa học Xã hội
ĐT: 84.4.63566043
Fax: +844 346344
Email: kgfap@gmail.com

TS. **Hoàng Hữu Phú**
Phó hiệu trưởng Trường ĐH
KHXH & NV
ĐT: 84.4.39859383
Fax: +844 73292054
Email: kssia@gmail.com

2. BẢNG TỪ

quá trình học tập	學歷 ha̍k-le̍k	khuyến khích	鼓勵 kó͘-lē
làm việc	工作 chò-sit	thường niên	常年 kui-nî
khen thưởng	獎勵 chióng-lē	ngoại hối	外匯 goā-hoē
biên tập viên	編輯員 pian-chip	câu lạc bộ	俱樂部 club
bán thời gian	兼職 kiam-chit	tài năng	才能 châi-tiāu
chi đoàn	青年團分部	hoạt động ngoại khóa	課外活動
	Chheng-liân-thoân		khò-goā oa̍h-
	hun-pō͘		tōng
liên chi đoàn	青年團連分部	năng lực	能力 lêng-le̍k
	C.L.T. liân hun-pō͘	xác minh	驗證 giām-
bí thư	書記 su-kì		chèng

3. MỤC ĐÍCH, NỘI DUNG, ĐẶC ĐIỂM CỦA LÝ LỊCH CÁ NHÂN

3.1. Mục đích

- Nhằm cung cấp thông tin của một cá nhân cho cá nhân, tổ chức tiếp nhận qua đó người/nơi tiếp nhận có thể nắm bắt được những thông tin quan trọng, cơ bản của người gửi để xem xét tuyển dụng đi học hoặc đi làm.

3.2. Nội dung

Một bản sơ yếu lý lịch thường có các phần sau:

+ Thông tin liên lạc của người viết bao gồm tên, ngày sinh, địa chỉ, điện thoại, hộp thư điện tử…

+ Quá trình học tập

+ Kinh nghiệm làm việc

+ Khen thưởng, kỷ luật

+ Những hoạt động ngoại khóa

+ Năng lực bản thân

+ Để thông tin cung cấp có tính chất thuyết phục, có thể thêm phần "Tham khảo".

3.3. Đặc điểm

Một bản sơ yếu lý lịch theo mẫu hoặc tự làm đều có những đặc điểm sau:

- Thường ngắn gọn (một hoặc hai trang), bao hàm những thông tin trực tiếp liên quan đến mục đích ứng thí.

- Thông thường, các sự kiện được liệt kê theo thứ tự thời gian ngược hoặc xuôi. Tuy nhiên, có sơ yếu lý lịch sắp xếp kinh nghiệm làm việc theo các chủ đề.

Ví dụ: cho sinh viên chưa có bề dày làm việc, nhưng muốn nhấn mạnh các nhóm kỹ năng thu được qua các khóa học và đợt thực tập.

- Ở Việt Nam hiện nay, nhiều khi các đơn vị xét tuyển yêu cầu sơ yếu lý lịch phải được đóng dấu chứng nhận và ký của Ủy ban Nhân dân phường, Ủy ban Nhân dân xã, hay một cơ quan thí sinh trực thuộc.

4. VĂN BẢN THAM KHẢO

Mẫu sơ yếu lý lịch thông thường ở Việt Nam.

CỘNG HÒA XÃ HỘI CHỦ NGHĨA VIỆT NAM
Độc lập - Tự do - Hạnh phúc
-----oOo-----

SƠ YẾU LÝ LỊCH

Họ và tên: ....Nam, nữ:..........................

Sinh năm: ....

Nơi đăng ký hộ khẩu thường trú hiện nay: ....

....

Chứng minh thư nhân dân số: ....Cấp tại: ....

Ngày........tháng........năm 200…

Khi cần báo tin cho ai, ở đâu?

....

....

....

....

I. THÔNG TIN CÁ NHÂN

Họ và tên:.. ....

Sinh ngày ……… tháng …… năm ……….. Tại: ....

Nguyên quán: ……………………………….Dân tộc:………………….

Nơi đăng ký hộ khẩu thường trú : ....

Nơi ở hiện nay: …………………………………………………………….

Đảng / Đoàn viên:……………Ngày vào:…………….Nơi vào:……………

Trình độ văn hóa:...........................……Xếp loại TN:……………

Trình độ chuyên môn: (đã tốt nghiệp CĐ; ĐH) ………Xếp loại TN: ……

Trình độ ngoại ngữ: ....……Xếp loại: ………………..

QUÁ TRÌNH HOẠT ĐỘNG BẢN THÂN

Từ tháng năm đến tháng năm	Làm công tác gì	Ở đâu	Giữ chức vụ gì

KHEN THƯỞNG VÀ KỈ LUẬT

Khen thưởng: ....

Kỉ luật: ....

II. THÔNG TIN GIA ĐÌNH

Họ và tên bố:...Năm sinh:…………………

Nghề nghiệp ....

Nơi làm việc:..

Nơi ở hiện nay:...

Họ và tên mẹ: .... Năm sinh:.......................

Nghề nghiệp ....

Nơi làm việc:..

Nơi ở hiện nay :..

Họ và tên vợ/chồng:.................................Năm sinh:……………

Nghề nghiệp ....

Nơi làm việc:..

Nơi ở hiện nay:...

Các con: (Tên, năm sinh) ....

....

....

Anh chị em ruột: (tên, năm sinh, nghề nghiệp, nơi làm việc, chỗ ở) ....

....

....

....

....

LỜI CAM ĐOAN

Tôi xin cam đoan những lời khai trên là đúng sự thật, nếu có điều gì khai man tôi xin chịu trách nhiệm hoàn toàn.

Xác nhận của địa phương　　　　　*Ngày .....tháng.....năm.........*

Người khai ký tên

Từ vựng mở rộng

hộ khẩu	戶口 hō-kháu	Đoàn viên	青年團團員
thường trú	常居地 chiảp toà		K.S.T. Chheng-liân-
chứng minh thư	身分證 sin-hūn-chèng		thoân thoân-oân
nguyên quán	籍貫 chek-koàn	Đảng viên	黨員 tóng-oân
dân tộc	民族 bîn-chỏk	cam đoan	擔保 tam-pó
khai man	偽證 ké-chèng	lời khai	證詞 chèng-sû

PHẦN 3

THÔNG BÁO

Bài 11: Thông báo tuyển dụng

Bài 12: Thông báo sự kiện

Bài 13: Thông báo nội quy

BÀI 11
THÔNG BÁO TUYỂN DỤNG

1. MẪU THÔNG BÁO TUYỂN DỤNG

BỘ GIÁO DỤC VÀ ĐÀO TẠO
TRƯỜNG ĐH NGOẠI THƯƠNG

CỘNG HOÀ XÃ HỘI CHỦ NGHĨA VIỆT NAM
Độc lập - Tự do - Hạnh phúc
_____

Hà Nội, ngày 20 tháng 11 năm 2010

THÔNG BÁO
TUYỂN DỤNG CÁN BỘ, GIẢNG VIÊN[1]

Trường Đại học Ngoại thương cần tuyển các vị trí sau:

1. Vị trí cần tuyển dụng

1.1. Giảng viên:

- Chính sách thương mại quốc tế (01)

- Kinh doanh quốc tế (01)

- Quản trị nhân sự (02)

- Kinh tế môi trường (01)

- Tiền tệ ngân hàng (01)

- Tiếng Việt (01)

1.2. Giảng viên ngoại ngữ:

- Tiếng Anh cơ sở (05)

- Tiếng Anh chuyên ngành (05)

- Tiếng Trung (01).

---

[1] Theo mẫu thông báo tuyển dụng trên website của trường Đại học Ngoại thương (website: www.ftu.edu.vn)

1.3. Chuyên viên:

- Phòng quản lý Dự án (02)

- Phòng Hợp tác Quốc tế (02)

- Phòng Quản lý Đào tạo (01)

2. Yêu cầu chung:

- Có bằng thạc sĩ và cử nhân hệ chính quy đúng chuyên ngành loại khá trở lên đối với vị trí giảng viên.

- Có bằng cử nhân đúng chuyên ngành đối với vị trí chuyên viên.

- Ngoại ngữ trình độ C hoặc tương đương.

- Sử dụng thành thạo máy vi tính.

- Có sức khỏe tốt, đạo đức tốt, chấp hành nghiêm nội quy, quy chế của Nhà trường.

- Có khả năng làm việc độc lập, có tinh thần hợp tác.

3. Chế độ đãi ngộ

- Được ký hợp đồng thử việc 03 tháng để đánh giá khả năng đáp ứng công việc.

- Ký hợp đồng ngắn hạn và dài hạn nếu đáp ứng nhu cầu công việc, xếp lương theo ngạch bậc.

- Những người được ký hợp đồng sẽ được xem xét để thi tuyển hoặc xét tuyển bổ sung đội ngũ cán bộ của Trường.

- Được đảm bảo các chế độ theo quy định của Bộ Luật Lao động, BHXH và các chế độ của Trường.

4. Hồ sơ gồm: (hồ sơ theo mẫu thống nhất của Nhà trường)

- Đơn xin việc viết tay.

- Sơ yếu lý lịch theo mẫu của Nhà trường có xác nhận của chính quyền địa phương.

- Bản sao công chứng các văn bằng chứng chỉ, bảng điểm có liên quan.

- Bản sao công chứng giấy khai sinh.

- Giấy khám sức khỏe của cơ quan y tế cấp quận, huyện trở lên.

- 2 ảnh 4x6.

5. Lịch thi tuyển: 8h00 ngày 20/12/2010.

- Hồ sơ nộp tại Phòng Tổ chức-Hành chính, Tầng 8 Nhà A, trường Đại học Ngoại thương, 91 Chùa Láng, Đống Đa, Hà Nội. Hạn cuối nộp hồ sơ: 17/10/2010.

- Chi tiết xem tại Phòng Tổ chức Hành chính hoặc website: www.ftu.edu.vn

- Không trả lại hồ sơ nếu không trúng tuyển.

2. BẢNG TỪ

giảng viên	講師 káng-su	quy chế	規制 kui-tēng
chính sách	政策 chèng-chhek	chi tiết	詳細 siông-sè
thương mại	貿易 bō-èk	chế độ	制度 chè-tō
môi trường	環境 khoân-kéng	đãi ngộ	待遇 thāi-gū
tiền tệ	錢幣 gîn-kak-á	hợp đồng	合約 hàp-iok
cơ sở	基礎 ki-chhó	thử việc	試用 chhì-iōng
dự án	計畫案 kè-oē-àn	ngắn hạn	短期 té-kî
đạo đức	道德 tō-tek	dài hạn	長期 tn̄g-kî
trúng tuyển	中選 tiòng-soán	lương	薪資 sin-súi
hành chính	行政 hêng-chèng	thi tuyển	考試 khó-chhì
công chứng	公證 kong-chèng	hồ sơ	檔案 tóng-àn
địa phương	地方 tē-hng	chính quyền	政權 chèng-koân
giấy khám sức khỏe	體檢單 thé-kiám-toaⁿ	giấy khai sinh	出生證明 chhut-sì chèng-bêng

3. MỤC ĐÍCH VÀ NỘI DUNG CỦA THÔNG BÁO TUYỂN DỤNG

3.1. Mục đích của thông báo tuyển dụng

- Thông báo tuyển dụng là những thông tin do một đơn vị, cơ quan hay tổ chức nào đó đưa ra với mục đích tìm và tuyển chọn người làm việc cho một vị trí công việc cụ thể nào đó mà cơ quan hay tổ chức đó đang cần.

- Thông báo tuyển dụng thường được đưa ra công khai rộng rãi trên các phương tiện truyền thông như báo chí, truyền hình hoặc trên website nhằm mục đích có thể đưa thông tin đến với tất cả các đối tượng có nhu cầu dự tuyển, nhờ đó có thể tuyển chọn được những đối tượng xuất sắc và phù hợp nhất cho vị trí cần tuyển dụng.

3.2. Nội dung của thông báo tuyển dụng

Nội dung của một thông báo tuyển dụng thường gồm năm phần:

- **Phần 1**: Thông tin về vị trí cần tuyển dụng:

  + Vị trí công việc: Ví dụ: giảng viên, chuyên viên, nhân viên văn phòng, trợ lý…

  + Số lượng tuyển dụng: dự định sẽ tuyển dụng bao nhiêu người vào vị trí đó.

- **Phần 2**: Yêu cầu về trình độ của người dự tuyển do nhà tuyển dụng đưa ra thường bao gồm:

  (1) trình độ tốt nghiệp chuyên ngành: tốt nghiệp hạng khá trở lên.

  (2) trình độ ngoại ngữ: thành thạo một ngoại ngữ nhất định tùy theo yêu cầu.

  (3) trình độ vi tính: thành thạo.

Ngoài ra, một số nhà tuyển dụng còn yêu cầu thêm về kinh nghiệm làm việc, lứa tuổi, đạo đức, sức khỏe...

- **Phần 3**: Chế độ đãi ngộ của nhà tuyển dụng đối với người được tuyển dụng:

　　+ Thời gian làm việc: bao gồm thời gian thử việc, ký hợp đồng ngắn hạn và dài hạn.

　　+ Chế độ lương.

　　+ Chế độ bảo hiểm

　　+ Quyền lợi dự thi vào biên chế chính thức (nếu là cơ quan nhà nước)

　　Ngoài ra còn một số chế độ đãi ngộ riêng của từng đơn vị hay cơ quan đó, ví dụ như đi học nước ngoài, đi công tác nước ngoài, chế độ nghỉ…

- **Phần 4**: Yêu cầu về hồ sơ dự tuyển, bao gồm những giấy tờ cần thiết để căn cứ vào đó nhà tuyển dụng có thể tiến hành xét duyệt hoặc tổ chức thi tuyển. Hồ sơ dự tuyển thường gồm có những giấy tờ chính sau:

　　(1) Đơn xin việc viết tay.

　　(2) Sơ yếu lý lịch theo mẫu của Nhà trường có xác nhận của chính quyền địa phương.

　　(3) Bản sao công chứng các văn bằng chứng chỉ, bảng điểm có liên quan.

　　(4) Bản sao công chứng giấy khai sinh.

　　(5) Giấy khám sức khỏe của cơ quan y tế cấp quận, huyện trở lên.

- **Phần 5**: Bao gồm những thông tin cần thiết của nhà tuyển dụng dành cho người tham gia dự tuyển.

　　(1) Thời gian nộp hồ sơ

(2) Địa chỉ nộp hồ sơ

(3) Thời gian thi tuyển (nếu có)

(4) Số điện thoại, email của nhà tuyển dụng dành cho người dự tuyển nếu cần liên hệ trực tiếp

Ngoài ra, nhà tuyển dụng có thể đưa ra thêm một số lưu ý cho người nộp hồ sơ trong quá trình chuẩn bị hồ sơ, nộp hồ sơ và chuẩn bị thi tuyển.

4. MẪU CÂU

4.1. ……………… cần tuyển các vị trí sau….

Ví dụ:

+ Trường Đại học Ngoại thương Hà Nội *cần tuyển các vị trí sau*: Giảng viên tiếng Trung (01), giảng viên Kinh tế đối ngoại (01).

+ Ngân hàng Nông nghiệp và Phát triển nông thôn *cần tuyển nhân viên cho các vị trí sau*: Trưởng phòng giao dịch (1), cán bộ tín dụng (02).

+ Văn phòng nghiên cứu Việt Đài – Trường đại học Quốc lập Thành Công *cần tuyển* trợ lý người Việt Nam làm việc tại văn phòng.

4.2. Yêu cầu có bằng…………đối với vị trí………..

Ví dụ:

+ *Yêu cầu có bằng* thạc sĩ và cử nhân hệ chính quy đúng chuyên ngành loại khá trở lên *đối với vị trí* giảng viên.

+ *Yêu cầu có bằng* cử nhân đúng chuyên ngành *đối với vị trí* chuyên viên.

4.3. Được ký hợp đồng thử việc …. tháng để…..

Ví dụ:

+ *Được ký hợp đồng thử việc* 03 tháng *để* đánh giá khả năng đáp ứng công việc.

+ *Được ký hợp đồng thử việc* 06 tháng *để* đào tạo và thử khả năng làm việc.

4.4. Có kinh nghiệm trong...........

Ví dụ:

+ *Có kinh nghiệm trong* soạn công văn, hợp đồng và các thủ tục, văn bản giao dịch hành chính, nhân sự.

+ *Có kinh nghiệm trong* giao tiếp và thực hiện quan hệ hành chính, giao dịch với các cơ quan, ban ngành.

4.5. Sử dụng thành thạo.....

Ví dụ:

+ *Sử dụng thành thạo* máy tính và internet

+ *Sử dụng thành thạo* ngoại ngữ tiếng Anh, ưu tiên thành thạo cả tiếng Trung.

5. VĂN BẢN THAM KHẢO

5.1. Mẫu tham khảo 1

Tuyển nhân viên văn phòng, trợ lý[2]

Yêu cầu:

- Tốt nghiệp Đại học.
- Tiếng Anh giao tiếp tốt.
- Sử dụng thành thạo máy tính, internet, Outlook.
- Có kinh nghiệm soạn công văn, hợp đồng và các thủ tục, văn bản giao dịch

---

[2] Thông báo tuyển dụng lấy từ website http://blog.timeuniversal.vn/?p=809

hành chính, nhân sự.

- Có kinh nghiệm giao tiếp và thực hiện quan hệ hành chính, giao dịch với các cơ quan, ban ngành.
- Ngoại hình ưa nhìn, giao tiếp chan hòa, cởi mở.
- Không nói ngọng.

YÊU CẦU CHUNG:

- Yêu thích công việc dự tuyển và có nguyện vọng làm việc lâu dài.
- Có khả năng làm việc độc lập và theo nhóm.
- Chịu được công việc có áp lực cao.
- Tinh thần trách nhiệm cao.
- Sẵn sàng làm việc ngoài giờ do yêu cầu phát sinh của công việc.

ĐIỀU KIỆN LÀM VIỆC & CHẾ ĐỘ ĐÃI NGỘ:

- Đánh giá năng lực dựa trên hiệu quả công việc.
- Làm việc trong môi trường chuyên nghiệp, thân thiện, năng động, hiện đại.
- Hưởng đầy đủ các quyền lợi theo quy định của Luật Lao động.
- Nhiều cơ hội học hỏi và tích lũy kinh nghiệm.

HỒ SƠ BAO GỒM: (không cần công chứng)

- Thư xin việc;
- CV/ Resumé
- Văn bằng chứng chỉ có liên quan.
- 02 ảnh 4×6 (cm)

HỒ SƠ XIN GỬI VỀ: (trước ngày 10/8/2009)

Công ty Cổ phần Truyền thông Thời Đại Time Universal Communications
Văn phòng Hà Nội:
P1404 - Thành Công Tower – 57 Láng Hạ - Q. Ba Đình – Hà Nội
Tel: 04 – 35132783/84   Fax: 04 – 35132784
Email   : info@timevn.com
Website : www.timevn.com

5.2. Mẫu tham khảo 2:

THÔNG BÁO TUYỂN DỤNG[3]

(ngày 24-08-2010)

Ngân hàng TMCP Bắc Á - Chi nhánh tại thành phố Hồ Chí Minh đang có nhu cầu tuyển dụng nhân sự theo các nội dung sau:

- 1. **Trưởng phòng giao dịch:**
- - Tốt nghiệp đại học trở lên các ngành ngân hàng, kinh tế, tài chính.
- - Có ít nhất 2 năm kinh nghiệm làm việc trong ngành ngân hàng.

- 2. **Cán bộ nguồn vốn**:
- - Tốt nghiệp đại học kinh tế và các chuyên ngành liên quan.
- - Trình độ ngoại ngữ có khả năng giao tiếp tốt.

- 3. **Cán bộ tín dụng**: Tốt nghiệp đại học kinh tế và các chuyên ngành liên quan

Điều kiện chung: Nam/nữ dưới 35 tuổi; ngoại hình khá; giao tiếp tốt; tốt nghiệp đại học trở lên các chuyên ngành tài chính, ngân hàng, Anh văn trình độ B, sử dụng thành thạo vi tính văn phòng, ưu tiên các ứng viên có kinh nghiệm làm việc ngành ngân hàng.

Hồ sơ gồm: Đơn xin việc, sơ yếu lý lịch có xác nhận của địa phương, giấy khám sức khỏe, bản sao bằng cấp chứng chỉ, bản sao CMND.

Nơi nộp hồ sơ:

Ngân hành thương mại CP Bắc Á chi nhánh Tp. Hồ Chí Minh

125 Bà Huyện Thanh Quan, Phường 9, Quận 3, Tp. Hồ Chí Minh.

ĐT: 08. 5261023

---

[3] Thông tin tuyển dụng lấy từ website: http://htdn.tdt.edu.vn/

Từ vựng mở rộng

công văn	公文 kong-bûn		dự	參加 chham-ka
thủ tục	手續 chhiú-siòk		phát sinh	發生 hoat-seng
giao dịch	交易 kau-èk		năng động	活躍 oàh-thiàu
ban ngành	部門 pō-mn̂g		nguồn vốn	資金 chu-kim
cởi mở	開朗 khai-lóng		tín dụng	信用 sìn-iōng
nói ngọng	口齒不清 toā-chhih		bản sao	複本 hòk-pún
áp lực	壓力 ap-lèk		ứng viên	候選人 hāu-soán-jîn

<h1 style="text-align:center">BÀI 12</h1>

<h1 style="text-align:center">THÔNG BÁO SỰ KIỆN</h1>

1. VĂN BẢN MẪU

Thông báo về Hội thảo Quốc tế So sánh Nhân văn Đài-Việt lần thứ nhất

Nhằm xây dựng và phát triển mối quan hệ hợp tác giao lưu nghiên cứu giữa Việt Nam và Đài Loan, hiệp hội Văn hóa Việt – Đài cùng với với khoa Văn học Đài Loan, trường Đại học Thành Công và Văn phòng trù bị trung tâm nghiên cứu Việt Nam, cùng phối hợp tổ chức Hội thảo Nghiên cứu so sánh nhân văn Đài Việt lần thứ I vào ngày 16 và 17 tháng 10 năm 2010 tại trường Đại học Thành Công, thành phố Đài Nam, Đài Loan.

Mục đích của cuộc Hội thảo nhằm tạo cơ hội cho các nhà Việt Nam học và Đài Loan học trên toàn thế giới trình bày những kết quả nghiên cứu của mình và giao lưu, trao đổi học thuật với các đồng nghiệp, qua đó góp phần nâng cao nhận thức khoa học về các vấn đề liên quan đến Việt Nam và Đài Loan đặc biệt là trong quá trình hội nhập và phát triển. Đồng thời, Hội thảo cũng là dịp để các học giả quốc tế gặp gỡ, thảo luận nhằm tăng cường sự hợp tác nghiên cứu giữa Việt Nam và Đài Loan nói riêng và hợp tác quốc tế nói chung.

Đây là Hội thảo khoa học quốc tế đầu tiên về So sánh nhân văn Đài – Việt, gồm 11 tiểu ban với trên 10 đề tài được đặc biệt quan tâm như: Hiện trạng phát triển Đài Loan, Việt Nam học; So sánh ngôn ngữ, văn học; So sánh phong tục tập quán; So sánh lịch sử, và nhiều vấn đề cập nhật như di cư, giáo dục vv. Ban Tổ chức hi vọng sẽ nhận được sự hưởng ứng của đông đảo các nhà Việt Nam học và Đài Loan học.

- Thời gian nhận đăng kí tham gia Hội thảo và gửi tóm tắt báo cáo từ **15 tháng 03 đến ngày 15 tháng 6 năm 2010.**

- Thời gian nhận báo cáo toàn văn từ ngày 01 tháng 7 đến ngày 15 tháng 8 năm 2010.

- Thời gian gửi Giấy mời chính thức tham gia Hội thảo từ ngày 01 đến 30 tháng 9 năm 2010.

- Lệ phí Hội thảo là 80 đô la Mĩ/1 người tham gia Hội thảo. Tuy nhiên, trường hợp các học giả không có điều kiện đóng góp, sau khi đã chính thức đề nghị, *Ban Tổ chức Hội thảo sẽ xem xét hình thức miễn giảm.*

Các ý kiến đóng góp, trao đổi, thủ tục đăng kí báo cáo tóm tắt và tham gia Hội thảo xin liên hệ:

Trưởng Ban tổ chức Hội thảo:
PGS. TS Tưởng Vi Văn
Khoa Văn học Đài Loan, Đại học Thành Công, Đài Loan.
Trợ lý: Trần Lý Dương
E-mail: cvsncku@gmail.com
http://cvs.ctlt.ncku.edu.tw/conf/2010
Tel: (+886) 6-2757575 ext 52627
Fax: (+886) 6-2755190

2. BẢNG TỪ

| xây dựng | 建設 kiàn-siat | tiểu ban | 場次 tiûⁿ |
| học thuật | 學術 hak-sùt | hiện trạng | 現狀 hiān-chōng |

nhận thức	知識 chai-bat	di cư	移居 chhian-soá
hội nhập	整合 chéng-hảp	hưởng ứng	響應 hiáng-èng
phát triển	發展 hoat-tián	tóm tắt	摘要 tiah-iàu
lệ phí	費用 hùi-iōng	toàn văn	全文 choân-bûn

3. MỤC ĐÍCH VÀ NỘI DUNG CỦA THÔNG BÁO SỰ KIỆN

3.1. Mục đích

- Thông báo sự kiện nhằm cung cấp thông tin cụ thể về một sự kiện sắp/sẽ diễn ra.

- Thông báo sự kiện thường cung cấp đầy đủ hoặc tương đối đầy đủ thông tin giải đáp cho các câu hỏi: Cái gì? Để làm gì? Ở đâu? Khi nào? Và như thế nào?

3.2. Nội dung

- **Phần mở đầu.**

   + Nêu vấn đề cần thông báo

   + Giới thiệu chung chung: cung cấp thông tin quan trọng nhất, ngắn gọn về sự kiện: ở đâu, khi nào, của ai/tổ chức nào…

- **Phần nội dung chính.**

   + Nêu mục đích của sự kiện.

   Ví dụ:

   Sự kiện nhằm tạo cơ hội cho các nhà Việt Nam học và Đài Loan học trên toàn thế giới trình bày những kết quả nghiên cứu của mình và giao lưu, trao đổi học thuật với các đồng nghiệp

+ Đặc điểm của sự kiện: thường bao gồm: người/ nhà tổ chức, thành phần tham dự và những thông báo phụ chi tiết hơn.

- Phần cuối: Thông tin chi tiết của đơn vị/ cá nhân đăng thông báo.

4. MẪU CÂU

4.1. (sự kiện) + được tổ chức vào + (thời gian) + tại + (địa điểm)

Ví dụ:

+ Hội thảo *được tổ chức vào* ngày 16 và 17 tháng 10 năm 2010 *tại* trường Đại học Thành Công, thành phố Đài Nam, Đài Loan.

+ Lễ kỷ niệm *được tổ chức vào* lúc 10 giờ sáng thứ hai ngày 07 tháng 09, tức ngày mùng 6 tháng 8 (âm lịch) *tại* hội trường A.

4.2. Mục đích của + (sự kiện) + là nhằm + (.........)

Ví dụ:

+ *Mục đích của* hội thảo *là nhằm* xây dựng và phát triển mối quan hệ hợp tác nghiên cứu giữa Việt Nam và Đài Loan.

+ *Mục đích của* lễ kỷ niệm *là nhằm* đánh dấu chặng đường 20 năm thành lập trung tâm và tuyên dương những thành tích đã đạt được.

4.3. (Cơ quan, tổ chức) + xin thông báo cho + (đối tượng cần được thông báo) + về (sự kiện)

Ví dụ:

+ Ban thường vụ Đoàn khoa *xin thông báo cho* các đồng chí là bí thư, phó bí thư các chi đoàn đến dự buổi họp vào lúc 10h00 thứ hai (ngày 07 tháng 09 năm 2010).

+ Ban giám đốc trung tâm *xin được thông báo cho* toàn thể nhân viên *về việc* nghỉ lễ giỗ tổ Hùng Vương, ngày giải phóng miền Nam và quốc tế lao động.

4.4. Ban tổ chức rất mong nhận được sự tham gia/ hưởng ứng của…..

Ví dụ:

+ Ban tổ chức hội thảo *rất mong nhận được sự tham gia của* đông đảo học giả trong và ngoài nước.

+ Ban thường vụ Đoàn *rất mong* các đồng chí đến tham dự cuộc họp đúng giờ.

5. VĂN BẢN THAM KHẢO

THÔNG BÁO HỌP BCH ĐOÀN KHOA MỞ RỘNG

Theo tinh thần thông báo số 1256 của trường ĐH AG về việc hướng dẫn tổ chức Đại hội chi đoàn, chi hội sinh viên. Ban thường vụ Đoàn khoa xin thông báo cho các đồng chí là bí thư, phó bí thư các chi đoàn dự họp **vào lúc 10h00 Ngày thứ 2 (Ngày 07 tháng 09 năm 2010).**

Địa điểm: **Phòng cố vấn học tập của khoa (Khu Văn Phòng Khoa)**. Lý do phòng D408 không đủ chỗ ngồi nên tạm thời lần này sẽ họp ở phòng cố vấn học tập của khoa. Vì tính chất quan trọng của cuộc họp đề nghị các đồng chí không được vắng mặt

Trân trọng,

THÔNG BÁO

(V/v: Nghỉ lễ Giỗ tổ Hùng Vương, Giải phóng Miền Nam,

và Quốc tế lao động)

Ban giám đốc Trung tâm Tư vấn Quản lý (MAIT) thông báo:

- Thứ 6 ngày 23/04/2010 (nhằm ngày mồng 10 tháng 3 âm lịch), tất cả giáo viên, cán bộ nhân viên và toàn thể SV trường sẽ được nghỉ Lễ Giỗ tổ Hùng Vương. Thứ 7 ngày 24/04/2010 làm việc và học tập lại bình thường.

- Từ thứ 6 ngày 30/04/2010 đến chủ nhật ngày 02/05/2010 được nghỉ lễ kỷ niệm ngày giải phóng hoàn toàn miền Nam và ngày Quốc tế lao động. Thứ hai ngày 3/5/2010 trở lại làm việc và học tập bình thường.

TP.HCM, Ngày 13 tháng 4 năm 2010

Giám đốc

(đã ký)

Từ vựng mở rộng

nghỉ lễ	假日 hioh-ká-jit	cố vấn	顧問 kò-būn
giải phóng	解放 kái-hòng	ban thường vụ	常委會
quốc tế lao động	勞動節 lô-tōng-jit		siông-úi-hoē

BÀI 13

THÔNG BÁO NỘI QUY

1. MẪU THÔNG BÁO NỘI QUY

NỘI QUY PHÒNG THI

1. Thí sinh phải có mặt tại địa điểm thi đúng ngày giờ quy định. Nếu đến chậm quá 10 phút sau khi đã bóc đề thì không được dự thi.

2. Sau khi vào phòng thi, thí sinh phải xuất trình chứng minh thư nhân dân hoặc giấy tờ tùy thân có ảnh.

3. Chỉ được mang vào phòng thi: bút viết, bút chì, tẩy chì, thước kẻ máy tính cầm tay cá nhân không có phím chữ cái.

4. Không được mang vào phòng thi mọi tài liệu có chữ, vũ khí, chất gây cháy nổ, phương tiện kỹ thuật thu phát, truyền tin, ghi âm. Khi vào phòng thi phải tắt điện thoại di động và để trước mặt.

5. Ghi đầy đủ thông tin vào giấy thi theo hướng dẫn của cán bộ coi thi.

6. Bài làm phải rõ ràng, sạnh sẽ, không được đánh dấu hoặc làm ký hiệu riêng khác, không viết bút chì, mực đỏ vào bài thi.

7. Phải giữ gìn trật tự, không được hút thuốc trong phòng thi.

8. Thí sinh phải bảo vệ bài làm của mình và nghiêm cấm mọi hành vi gian lận, trao đổi kết quả thi. Các trường hợp vi phạm sẽ bị nhắc nhở công khai và bị đánh dấu trong danh sách dự thi.

9. Thí sinh chỉ được rời phòng thi sớm nhất là sau 2/3 thời gian làm bài. Các trường hợp khác phải được sự chấp thuận của Chủ tịch Hội đồng coi thi.

10. Khi hết giờ thi, phải ngưng làm bài, nộp cả đề thi và bài thi cho cán bộ

coi thi. Khi nộp bài, thí sinh phải ký tên xác nhận vào bảng danh sách thí sinh dự thi.

HIỆU TRƯỞNG

NỘI QUY NHÀ TRƯỜNG

(Áp dụng cho Cán bộ công nhân viên, giáo viên, học sinh - sinh viên)

1. Phải ăn mặc lịch sự, gọn gàng, nghiêm chỉnh. Học sinh – sinh viên mặc đồng phục đúng quy định của nhà trường, không mang dép lê vào lớp học.

2. Có thái độ học tập nghiêm túc, giữ trật tự, không la hét trong khu vực trường.

3. Trước khi ra khỏi phòng, lớp học phải tắt đèn, quạt không gây lãng phí của công.

4. Không tập trung đông người gây cản trở giao thông, xe đạp xe máy phải gửi tại bãi giữ xe, không được chạy trong khuôn viên nhà trường.

5. Trong quan hệ giao tiếp, học sinh - sinh viên phải cư xử đúng mực, tôn trọng thầy cô giáo và cán bộ công nhân viên nhà trường. Giữa học sinh - sinh viên phải sống chan hòa, đoàn kết, thân ái giúp đỡ lẫn nhau, không gây mâu thuẫn bè phái, không phân biệt địa phương. Tuyệt đối cấm đánh chửi nhau trong và ngoài giờ học.

6. Giữ gìn vệ sinh chung, thực hiện nếp sống văn minh; không xả rác trong khuôn viên trường; không mang thức ăn, bịch nước uống vào lớp học; không viết vẽ bậy lên bàn ghế, trên tường. Giữ gìn cây cảnh và hoa viên trong trường.

7. Không được hút thuốc lá, uống rượu, bia tại nơi làm việc, giảng dạy và học tập.

8. Không đánh bài và chơi những trò chơi ăn tiền; không được mang hung khí, chất gây cháy nổ vào trường; không lưu hành, tuyên truyền các ấn phẩm, tài liệu, thông tin phản động, các loại văn hóa phẩm đồi trụy, phim ảnh không lành mạnh và các tài liệu cấm khác theo quy định của Nhà nước.

9. Không tổ chức, tham gia, truyền bá các hoạt động mê tín dị đoan, các hoạt động tôn giáo; không thành lập, tham gia các hoạt động chính trị trái pháp luật.

Ngày 05 tháng 09 năm 2010

HIỆU TRƯỞNG

2. BẢNG TỪ

thí sinh	考生 khó-seng	vi phạm	違反 ûi-hoán
dự thi	參加考試	nhắc nhở	提醒 thê-chhíⁿ
phòng thi	考場 khó-tiûⁿ	bài	題目 tê-ba̍k
tài liệu	資料 châi-liāu	giấy thi	考卷 khó-kǹg
vũ khí	武器 bú-khì	trang phục	服裝 ho̍k-chong
ghi âm	錄音 lo̍k-im	nghiêm chỉnh	嚴格 giâm-keh
cán bộ coi thi	監考員 kàm-khó-koaⁿ	đồng phục	制服 chè-ho̍k
rõ ràng	清楚 chheng-chhó	nghiêm túc	嚴肅 giâm-siok
sạch sẽ	乾淨 chheng-khì	cản trở	阻礙 chó-gāi
ký hiệu	記號 kì-hō	cư xử	對待 tùi-thāi
đánh dấu	標記 phiau-kì	tôn trọng	尊重 chun-tiōng
ngắn gọn	簡短 kán-té	mâu thuẫn	矛盾 bâu-tún
trực tiếp	直接 tit-chiap	xả rác	丟垃圾 tàn pùn-sò

trật tự	秩序 tiat-sū	phản động	反動 hoán-tōng
nghiêm cấm	嚴禁 giâm-kìm	đồi trụy	墮落 tūi-lȯh
hành vi	行為 hêng-ûi	lành mạnh	健康 kiān-khong
gian lận	舞弊 chò-pè	mê tín	迷信 bê-sìn

3. MỤC ĐÍCH VÀ NỘI DUNG CỦA THÔNG BÁO NỘI QUY

3.1. Mục đích của thông báo nội quy

- Thông báo nội quy là những quy định do một đơn vị, cơ quan hay tổ chức hoạt động nào đó đưa ra để những nhân viên thuộc đơn vị hay cơ quan đó, hoặc những người tham gia một hoạt động chung của tổ chức đó phải thực hiện theo.

- Thông báo nội quy thường chỉ được sử dụng trong nội bộ của đơn vị, cơ quan hay một tổ chức, một hoạt động nào đó, với mục đích phổ biến cho tất cả mọi người tham gia đều hiểu rõ và tuân thủ, để hoạt động chung được thống nhất và có hiệu quả, đồng thời cũng hiểu rõ hậu quả nếu vi phạm những quy định đó.

- Thông báo nội quy được đưa ra công khai trong ban truyền thông, trên website hoặc các diễn đàn chung của đơn vị, cơ quan hay tổ chức đó.

3.2. Nội dung của thông báo nội quy

Nội dung của thông báo nội quy thường không có cấu trúc nhất định. Nội dung dài hay ngắn, bao gồm những gì đều phụ thuộc vào yêu cầu của từng đơn vị, cơ quan hay tổ chức đưa ra nội quy đó. Nhìn chung, các thông báo nội quy thường được đưa ra theo hai nội dung chính như sau:

- Quy định về những việc phải làm khi tham gia làm việc hay hoạt động trong đơn vị, cơ quan hay tổ chức đó.

Ví dụ:

+ Thí sinh phải có mặt tại địa điểm thi đúng ngày giờ quy định.

+ Thí sinh phải xuất trình chứng minh thư nhân dân hoặc giấy tờ tùy thân có ảnh.

+ Trước khi ra khỏi phòng học phải tắt đèn, quạt không gây lãng phí của công.

- Quy định về những việc không được làm khi tham gia làm việc hay hoạt động trong đơn vị, cơ quan hay tổ chức đó.

+ Không được hút thuốc lá, uống rượu, bia tại nơi làm việc và học tập.

+ Không được mang vào phòng thi mọi tài liệu có chữ, giấy than, vũ khí, chất gây cháy nổ, bia rượu, phương tiện kỹ thuật thu phát, truyền tin, ghi âm và các vật dụng khác.

Ngoài ra, thông báo nội quy phải ghi rõ nội quy được thực hiện với những đối tượng nào, thời gian thực hiện bắt đầu từ khi nào, người đứng đầu đơn vị hay tổ chức đưa ra nội quy đó. Nội dung được đánh số thứ tự tùy theo sự sắp xếp của cơ quan đó.

4. MẪU CÂU

4.1. Phải + (những việc cần thực hiện)

Ví dụ:

+ Thí sinh *phải* có mặt đúng giờ quy định.

+ *Phải* mặc đồng phục đúng quy định của nhà trường.

4.2. Không được + (những việc không nên làm)

Ví dụ:

+ *Không được* hút thuốc lá trong phòng học.

+ *Không được* tập trung đông gây cản trở giao thông.

4.3. Chỉ được + (những việc có thể làm)

Ví dụ:

+ Thí sinh *chỉ được* ra ngoài phòng thi khi được phép của cán bộ coi thi.

+ Thí sinh *chỉ được* rời khỏi phòng thi khi đã hết 2/3 thời gian làm bài thi.

5. MỘT SỐ THÔNG BÁO NỘI QUY THƯỜNG GẶP

NỘI QUY PHÒNG LÀM VIỆC[4]

1. Thời gian mở cửa tối đa hàng ngày: từ 5h30 đến 21h30.

2. Phải bảo quản trang thiết bị trong phòng làm việc, không tự ý di chuyển bàn, ghế và các thiết bị khác ra khỏi phòng.

3. Không đưa người nhà, người không có nhiệm vụ vào phòng làm việc khi đã hết giờ làm việc, không ngủ qua đêm tại phòng làm việc.

4. Giữ gìn vệ sinh chung, không làm bẩn nền nhà, hành lang, cầu thang. Quét nhà, đổ rác đúng nơi quy định.

5. Hết giờ làm việc phải tắt các thiết bị sử dụng điện và khóa cửa an toàn trước khi rời phòng làm việc.

6. Nghỉ lễ, Tết, nghỉ dài ngày phải dán niêm phong phòng (có chữ ký của Trưởng hoặc Phó đơn vị).

---

[4] Tham khảo tại website: http://csquangninh.ftu.edu.vn/

NỘI QUY THƯ VIỆN[5]

Bạn đọc vào Thư viện phải thực hiện các nội quy của Thư viện:

1. Xuất trình thẻ hợp lệ và nộp thẻ cho thủ thư khi vào phòng đọc. Tuyệt đối không dùng thẻ của người khác.

2. Giữ gìn trật tự và an toàn trong thư viện: đi nhẹ, nói khẽ, không hút thuốc lá, không mang chất cháy, chất nổ vào Thư viện.

3. Không ăn uống, không sử dụng điện thoại di động trong phòng đọc.

4. Giữ gìn vệ sinh chung: không vứt rác, giấy nháp ra sàn nhà.

5. Giữ gìn mỹ quan trong Thư viện: không viết, vẽ lên mặt bàn, lên tường, không ngồi gác chân lên ghế.

6. Không mang cặp, túi vào thư viện, phải gửi tại quầy gửi đồ trước khi vào thư viện.

7. Không được giữ chỗ. Bạn đọc khác có quyền lấy chỗ nếu chỗ đó trống quá 15 phút.

8. Tại các phòng đọc tự chọn, mỗi lần đọc chỉ được chọn tối đa 02 cuốn sách, hoặc 02 tờ báo, hoặc 01 loại tạp chí (01 năm), đọc xong phải để đúng nơi quy định rồi mới được rút tài liệu khác đọc tiếp

9. Không mang sách ra khỏi phòng đọc. Nếu bạn đọc cần sao chụp tài liệu xin làm thủ tục với thủ thư.

10. Tại các phòng Multimedia: nghiêm cấm vào các website không lành mạnh. Tuyệt đối không cài các chương trình, phần mềm vào máy tính trong thư viện.

Ban quản lý thư viện

---

[5] Tham khảo từ nội quy thư viện Tạ Quang Bửu, Đại học Bách Khoa Hà Nội, website: http://library.hut.edu.vn/index.php/noiquithuvien.html

Từ vựng mở rộng

tối đa	最多 siōng-ke	thẻ đọc	閱讀証 oa̍t-tho̍k-chèng
bảo quản	保管 pó-koán	phòng đọc	閱覽室 oa̍t-lám-sek
di chuyển	移動 î-soá	mỹ quan	美觀 bí-koan
niêm phong	密封 bit-hong	quầy gửi đồ	服務台 ho̍k-bū-tâi
hợp lệ	符合規定	giữ chỗ	保留位子 pó-liû ūi
bạn đọc	讀者 tho̍k-chiá	sao chụp	複製 hok-chè
thủ thư	圖書館員 koán-oân		

PHẦN 4

VĂN BẢN TRONG TỔ CHỨC HỘI THẢO

BÀI 14
MỜI THAM DỰ

1. VĂN BẢN MẪU

THƯ MỜI
Tham dự hội thảo Nghiên cứu so sánh nhân văn Đài Việt lần thứ I

Hà Nội, ngày 15 tháng 09 năm 2010

Kính gửi: Quý học giả trong và ngoài nước

Hiệp hội Văn hóa Việt-Đài xin gửi tới các quý học giả lời chào trân trọng.

Nhằm xây dựng mối quan hệ hợp tác bền vững và tăng cường sự giao lưu nghiên cứu giữa Việt nam và Đài Loan, hiệp hội Văn hóa Việt – Đài phối hợp với khoa Văn học Đài Loan, trường Đại học Thành Công tổ chức Hội thảo Nghiên cứu so sánh nhân văn Đài Việt lần thứ I vào ngày 16 và 17 tháng 10 năm 2010 tại Đại học Thành Công, thành phố Đài Nam, Đài Loan.

Hội thảo nhằm mục tiêu tạo ra một diễn đàn để các học giả trình bày các vấn đề nghiên cứu về Việt Nam học và Đài Loan học đang được quan tâm, qua đó tăng cường sự hợp tác giao lưu giữa các học giả Việt Nam và Đài Loan nói riêng và giữa các học giả quan tâm tới Việt Nam, Đài Loan học nói chung. Hội thảo cũng là cơ hội để các học giả đóng góp ý kiến nhằm phát triển mối quan hệ hữu nghị Việt – Đài thông qua nghiên cứu khoa học.

Vậy xin kính mời các quý học giả quan tâm tới Đài Loan học và Việt Nam học tới tham dự hội thảo. Để biết thêm thông tin về Hội thảo, xin mời

---

ghé thăm website: http://cvs.twl.ncku.edu.tw/conf/2010

Chúng tôi hy vọng sẽ nhận được sự quan tâm và hưởng ứng của các quý học giả để có thể tổ chức thành công Hội thảo này.

Xin trân trọng cám ơn!

Ban Tổ chức Hội thảo

2. BẢNG TỪ

thư mời	邀請函 chhiá^n-thiap	phối hợp	配合 phoè-hàp
mối	(量詞)	mục tiêu	目標 bòk-phiau
quan hệ	關係 koan-hē	diễn đàn	論壇 lūn-toâ^n
thúc đẩy	促進 chhiok-chìn	hữu nghị	友誼 iú-gî
hợp tác	合作 hàp-chok	học giả	學者 hàk-chiá
bền vững	永續發展 éng-siòk hoat-tián	tham dự	參與 chham-ú

3. MỤC ĐÍCH VÀ NỘI DUNG CỦA THƯ MỜI THAM DỰ

3.1. Mục đích

Thư mời tham dự nhằm giới thiệu thông tin về một hoạt động nào đó đến những đối tượng cụ thể với mục đích kêu gọi sự hưởng ứng để cùng tham gia vào hoạt động chung đó.

Ví dụ: mời tham dự hội thảo, mời tham dự tọa đàm…

3.2. Nội dung:

Nội dung của thư mời tham dự thường có 4 phần:

- **Phần 1:** Chào hỏi, dẫn nhập sự kiện

+ Chào hỏi (không bắt buộc)

+ Dẫn nhập sự kiện: Thường là thông tin sơ lược trả lời cho các câu hỏi: cái gì, ở đâu, ai tổ chức, để làm gì?

- Phần 2: Mục tiêu : vì sao diễn ra sự kiện mà người đọc sắp được mời tham dự.

- Phần 3: Lời mời tham dự sự kiện.

- Phần 4: Lời cảm ơn

4. CHÚ THÍCH NGỮ PHÁP

4.1. Nhằm/ Để + (mục đích hành động)…

Ví dụ:

+ *Nhằm* mở rộng mối quan hệ hợp tác toàn diện…

+ *Để* tăng cường sự hợp tác nghiên cứu giữa hai quốc gia…

4.2. Qua đó...

- Dùng để nhấn mạnh mối quan hệ ràng buộc giữa mệnh đề được nêu với mệnh đề sắp nêu, trong đó mệnh đề sắp nêu có tính chất kết quả.

Ví dụ:

+ Hội thảo tập trung vào các vấn đề nghiên cứu Việt Nam học và Đài Loan học, *qua đó* tăng cường sự hiểu biết lẫn nhau.

4.3. Cũng là/ Còn là…

- Dùng để bổ sung thông tin sau thông tin chính đã được nêu trước đó.

Ví dụ:

+ Hội thảo *còn là* cơ hội để các học giả đóng góp ý kiến nhằm phát triển mối quan hệ hữu nghị Việt – Đài thông qua nghiên cứu khoa học.

+ Ông Văn là giáo sư đang giảng dạy tại khoa Văn học Đài Loan, *cũng là* chủ tịch Hiệp hội Văn hóa Việt Đài.

5. VĂN BẢN THAM KHẢO

Hiệp Hội Văn hóa Việt Đài
Association for Taiwanese and Vietnamese Cultural Exchange

No 32/147 đường Siotang, thành phố Đài Nam 70457 Đài Loan

Tel: 06-209 6384

Fax:06-275 5190

E-mail: tvhiaphoe@gmail.com

Website: http://taioat.de-han.org

THƯ NGỎ

Kính gửi: Các quý học giả, nghiên cứu sinh và toàn thể các bạn quan tâm đến Việt Nam học và Đài Loan học.

Như chúng ta đều biết, hiện nay việc Hợp tác nghiên cứu giữa Việt Nam và Đài Loan ngày càng được quan tâm và đã trở đối tượng nghiên cứu của nhiều học giả, không chỉ ở Việt Nam, Đài Loan mà còn ở nhiều nước trên thế giới. Ngày càng có nhiều người Việt Nam đến định cư, học tập và làm việc tại Đài Loan cũng như sự gia tăng lượng người Đài Loan đến học tập và làm việc tại Việt Nam. Do đó việc nghiên cứu văn hóa Việt Đài và sự giao thoa giữa hai nền văn hóa luôn thu hút các nhà nghiên cứu.

Để giúp cho việc hợp tác nghiên cứu của chúng ta ngày càng hiệu quả, khoa học, thiết nghĩ những người làm công việc nghiên cứu về Việt Nam – Đài Loan cần hợp tác chặt chẽ với nhau. Và đó chính là lý do của việc thành lập Hiệp hội Văn hóa Việt – Đài.

Hiệp hội Văn hóa Việt – Đài chính thức được thành lập vào ngày 12

---

tháng 12 năm 2009, có trụ sở tại thành phố Đài Nam, Đài Loan. Đây là một tổ chức xã hội - nghề nghiệp tự nguyện của các nhà nghiên cứu, các anh chị em NCS, học viên cao học đã và đang làm công tác nghiên cứu về Việt Nam học và Đài Loan học trên khắp thế giới. Mục tiêu của Hội là tập hợp những người làm công tác nghiên cứu văn hóa Việt – Đài để cùng nhau trao đổi kinh nghiệm, tư liệu nghiên cứu, giúp đỡ lẫn nhau, trên tinh thần hợp tác nhằm góp phần phát triển ngành nghiên cứu Việt - Đài trên phạm vi toàn thế giới.

Tôi thay mặt Hội xin thông báo và tha thiết mời các bạn gia nhập Hội. Tôi hy vọng với sự tham gia nhiệt tình của các bạn, Hiệp hội Văn hóa Việt – Đài sẽ ngày càng phát triển và thực hiện thành công sứ mạng của nó.

Xin trân trọng cảm ơn.

Văn phòng Hội, ngày 15 tháng 11 năm 2009

Chủ tịch Hội

GS.TS Tưởng Vi Văn

BÀI 15
MỜI GỬI BÀI THAM GIA HỘI THẢO

1. VĂN BẢN MẪU

1.1. Mẫu mời chung

MỜI VIẾT GỬI THAM GIA HỘI THẢO

Hội thảo quốc tế về nghiên cứu so sánh nhân văn Đài Việt năm 2010

Kính gửi: - Các tổ chức nghiên cứu quốc tế
　　　　　 - Các viện nghiên cứu
　　　　　 - Các trường đại học, cao đẳng
　　　　　 - Các nhà khoa học, nhà giáo, nghiên cứu sinh

　　　Khoa Văn học Đài Loan, trường Đại học Quốc lập Thành Công, phối hợp với Trung tâm Nghiên cứu Việt Nam, cùng Hiệp hội Văn hóa Việt Đài sẽ tổ chức Hội thảo quốc tế về nghiên cứu so sánh nhân văn Đài Việt vào ngày 16-17 tháng 10 năm 2010 tại trường Đại học Quốc lập Thành Công.

　　　Mục đích của hội thảo là nhằm tạo cơ hội để các nhà nghiên cứu và giảng dạy về Việt Nam học và Đài Loan học công bố những kết quả nghiên cứu và kinh nghiệm giảng dạy trong lĩnh vực này, đồng thời tạo cơ hội để các nhà nghiên cứu gặp gỡ, trao đổi, thảo luận nhằm tăng cường sự hợp tác nghiên cứu về Việt Nam học và Đài Loan học.

　　　Ban tổ chức hội thảo hoan nghênh các tổ chức, cơ quan, các nhà nghiên cứu trong nước và quốc tế gửi bài viết tham dự hội thảo. Thông tin chi tiết về chủ đề hội thảo, thể lệ nộp bài cũng như các thông tin khác liên quan đến hội thảo xin xem ở file đính kèm của thông báo này, hoặc trên website của hội thảo.

　　　Ban tổ chức rất mong nhận được sự quan tâm và nhiệt tình tham gia của các nhà nghiên cứu cũng như các cơ quan, đơn vị nghiên cứu đối với hội thảo lần này.

Xin trân trọng cảm ơn.

Trưởng Ban tổ chức Hội thảo:
PGS. TS Tưởng Vi Văn
Khoa Văn học Đài Loan, Đại học Thành Công, Đài Loan.
Trợ lý: Trần Lý Dương
E-mail: cvsncku@gmail.com,
Tel: (+886) 6-2757575 ext 52627   Fax: (+886) 6-2755190
Website: http://cvs.twl.ncku.edu.tw/conf/2010)

2. Mẫu mời cá nhân

MỜI GỬI BÀI THAM GIA HỘI THẢO

Hội thảo quốc tế về nghiên cứu so sánh nhân văn Đài Việt năm 2010

Kính gửi: PGS.TS. Đinh Quang Hải

   Phó Viện trưởng Viện sử học

Khoa Văn học Đài Loan, trường Đại học Thành Công, phối hợp với Trung tâm Nghiên cứu Việt Nam, cùng Hiệp hội Văn hóa Việt Đài sẽ tổ chức Hội thảo quốc tế về nghiên cứu so sánh nhân văn Đài Việt vào ngày 16-17 tháng 10 năm 2010 tại trường Đại học Quốc lập Thành Công.

Mục đích của hội thảo là nhằm tạo cơ hội để các nhà nghiên cứu và giảng dạy về Việt Nam học và Đài Loan học công bố những kết quả nghiên cứu và kinh nghiệm giảng dạy trong lĩnh vực này, đồng thời tạo cơ hội để các nhà nghiên cứu gặp gỡ, trao đổi, thảo luận nhằm tăng cường sự hợp tác nghiên cứu về Việt Nam học và Đài Loan học.

Ban tổ chức hội thảo xin trân trọng kính mời PSG.TS. Đinh Quang Hải gửi bài viết tham dự hội thảo. Thông tin chi tiết về chủ đề hội thảo, thể lệ nộp bài cũng như các thông tin khác liên quan đến hội thảo xin xem ở file đính kèm của thư mời này, hoặc trên website của hội thảo.

Ban tổ chức rất mong nhận được sự quan tâm và tham dự của giáo sư.

Xin trân trọng cảm ơn.

Trưởng Ban tổ chức Hội thảo:
PGS. TS Tưởng Vi Văn
Khoa Văn học Đài Loan, Đại học Thành Công, Đài Loan.
Trợ lý: Trần Lý Dương
E-mail: cvsncku@gmail.com,
Tel: (+886) 6-2757575 ext 52627   Fax: (+886) 6-2755190
Website: http://cvs.twl.ncku.edu.tw/conf/2010)

2. BẢNG TỪ

so sánh	比較 pí-kàu	hoan nghênh	歡迎 hoan-gêng
phó	副 hù--ê	quan tâm	關心 koan-sim
viện trưởng	院/所長 īⁿ-tiúⁿ, só-tiúⁿ	thay mặt	代表 tāi-piáu
Viện sử học	史學所 sú-hȧk-só	chủ đề	主題 chú-tê
tổ chức	組織 chơ-chit	thể lệ	範例 hoān-lē
công bố	公布 kong-pò͘	trợ lý	助理 chō͘-lí
gặp gỡ	遇見 sio-tú-bīn	ban tổ chức	籌備處 tiû-pī-
thảo luận	討論 thó-lūn		chhù

3. MỤC ĐÍCH VÀ NỘI DUNG VĂN BẢN MỜI GỬI BÀI THAM DỰ HỘI THẢO

3.1. Mục đích

- Văn bản mời gửi bài tham dự hội thảo có thể viết dưới dạng thông báo hoặc thư mời, do ban tổ chức hội thảo viết để gửi tới một đơn vị, một tổ chức hay cá nhân nào đó với mục đích thông báo thông tin của hội thảo và mời đơn vị, tổ chức hay cá nhân đó viết bài tham dự, đồng thời tham phát biểu tại hội thảo.

- Văn bản mời gửi bài tham dự hội thảo có thể được gửi trực tiếp bằng văn bản hoặc dưới hình thức email đến đơn vị, tổ chức hay cá nhân được mời.

3.2. Nội dung

Một văn bản mời gửi bài tham dự hội thảo thường bao gồm những nội dung chính như sau:

- **Phần mở đầu**: bao gồm các thông tin sau:

(1) Tên hội thảo: tên chính thức của hội thảo và có thể kèm theo chủ đề chính của hội thảo nếu có.

Ví dụ:

Hội thảo Quốc tế Việt Nam học lần thứ ba - Việt Nam học: Hội nhập và Phát triển

(2) Tên đơn vị, tổ chức hoặc cá nhân được mời: Nếu là đơn vị hoặc tổ chức thì viết rõ tên và đơn vị trực thuộc. Nếu là cá nhân thì viết rõ chức danh và học vị của cá nhân đó.

Ví dụ:

Kính gửi: Khoa Tiếng Việt và Việt Nam học - Trường Đại học Khoa học Xã hội và Nhân văn – Đại học Quốc gia Hà Nội

Kính gửi: GS.TS. Lý Toàn Thắng - Viện trưởng Viện Từ điển học và Bách khoa thư Việt Nam

- **Phần nội dung chính**: bao gồm các thông tin sau:

(1) Đơn vị tổ chức, thời gian và địa điểm tổ chức hội thảo.

(2) Mục đích tổ chức hội thảo.

(3) Lời mời đơn vị hay cá nhân viết bài tham dự hội thảo.

- **Phần cuối**: Thông tin liên lạc của ban tổ chức hội thảo, bao gồm:

(1) Người phụ trách liên lạc

(2) Email

(3) Số điện thoại, fax (nếu có)

(4) Website

Chú ý: Ngoài ra, văn bản mời gửi bài tham dự hội thảo thường kèm theo một văn bản thông báo các nội dung chi tiết liên quan đến hội thảo như:

(1) Các chủ đề của hội thảo

(2) Thể lệ viết bài tham dự hội thảo

(3) Thời gian nhận tóm tắt, toàn văn

(4) Điều kiện tham gia phát biểu tại hội thảo

4. MẪU CÂU

4.1. (Đơn vị A) + và/phối hợp với + (đơn vị B) + sẽ tổ chức (…) + vào ngày (…) + (tại…)

Ví dụ:

Khoa Văn học Đài Loan, trường Đại học Thành Công, *phối hợp với* Văn phòng trù bị Trung tâm Nghiên cứu Việt Đài, cùng Hiệp hội Văn hóa Việt Đài *sẽ tổ chức* Hội thảo quốc tế về nghiên cứu so sánh nhân văn Đài Việt *vào ngày* 16-17 tháng 10 năm 2010 *tại* trường Đại học Quốc lập Thành Công.

Đại học Quốc gia Hà Nội *phối hợp với* Viện Khoa học Xã hội Việt Nam *sẽ tổ chức* Hội thảo Quốc tế Việt Nam học lần thứ ba với Chủ đề "Việt

Nam: Hội nhập và Phát triển" *từ* ngày 4 *đến* ngày 7 tháng 12 năm 2008 *tại* Trung tâm Hội nghị Quốc gia Mĩ Đình, Hà Nội.

4.2. Được sự đồng ý của (…) + (Đơn vị A) + và/ phối hợp với + (đơn vị B) + sẽ tổ chức (…)

Ví dụ:

Được sự đồng ý của Thủ tướng Chính phủ nước Cộng hoà Xã hội chủ nghĩa Việt Nam, Đại học Quốc gia Hà Nội *và* Viện Khoa học Xã hội Việt Nam *sẽ tổ chức* Hội thảo Quốc tế Việt Nam học lần thứ ba với Chủ đề "Việt Nam: Hội nhập và Phát triển".

Được sự chấp thuận của ASIA TEFL (Hiệp hội Những người giảng dạy tiếng Anh như một Ngoại ngữ ở châu Á) và được sự đồng ý của Đại học Quốc gia Hà Nội tại công văn số 2763/QHQT ký ngày 11/8/2009, Trường Đại học Ngoại ngữ - Đại học Quốc gia Hà Nội *tổ chức* Hội thảo khoa học quốc tế với chủ đề: "Dạy tiếng Anh như một ngôn ngữ toàn cầu: Xây dựng và chia sẻ những vấn đề lý luận và thực tiễn châu Á"

4.3. Mục đích của Hội thảo là nhằm (…) + đồng thời nhằm (…)

Ví dụ:

Mục đích của hội thảo là nhằm tạo cơ hội để các nhà nghiên cứu và giảng dạy về Việt Nam học và Đài Loan học công bố những kết quả nghiên cứu và kinh nghiệm giảng dạy trong lĩnh vực này, *đồng thời nhằm* tạo cơ hội để các nhà nghiên cứu gặp gỡ, trao đổi, thảo luận nhằm tăng cường sự hợp tác nghiên cứu về Việt Nam học và Đài Loan học.

4.4. Ban tổ chức Hội thảo hoan nghênh + (tên đơn vị, tổ chức nói chung) + gửi bài viết tham dự hội thảo.

Ví dụ

Ban tổ chức hội thảo hoan nghênh các tổ chức, cơ quan, các nhà nghiên cứu trong nước và quốc tế *gửi bài viết tham dự hội thảo.*

4.5. Ban tổ chức Hội thảo xin trân trọng kính mời + (tên đơn vị, cá nhân) + gửi bài viết tham dự hội thảo.

Ví dụ:

Ban tổ chức hội thảo xin trân trọng kính mời PSG.TS. Phạm Hùng Việt gửi *bài viết tham dự hội thảo.*

Ban Tổ chức hội thảo xin trân trọng kính mời tập thể giảng viên khoa tiếng Anh – Trường Đại học Dân lập Phương Đông *gửi bài tham gia hội thảo.*

4.6. Thông tin chi tiết về (…) xin xem ở file đính kèm của thư mời hoặc trên website của hội thảo (địa chỉ website)

Ví dụ:

Thông tin chi tiết về chủ đề hội thảo, thể lệ nộp bài cũng như các thông tin khác liên quan đến hội thảo *xin xem ở file đính kèm của thư mời này, hoặc trên website của hội thảo.*

4.7. Ban tổ chức rất mong nhận được sự quan tâm và nhiệt tình tham gia của + (tổ chức, cá nhân) + đối với hội thảo lần này.

Ví dụ:

Ban tổ chức rất mong nhận được sự quan tâm và nhiệt tình tham gia của các nhà nghiên cứu cũng như các cơ quan, đơn vị nghiên cứu đối với hội thảo lần này.

Ban tổ chức rất mong nhận được sự quan tâm và tham dự của giáo sư đối với hội thảo lần này.

4.8. Cách viết tắt học vị

GS.   Giáo sư

PGS.   Phó giáo sư

TS.   Tiến sỹ

ThS.   Thạc sỹ

5. MẪU THÔNG BÁO MỜI GỬI BÀI THAM DỰ HỘI THẢO

MỜI GỬI BÀI

HỘI THẢO KHOA HỌC QUỐC TẾ

"Dạy tiếng Anh như một ngôn ngữ toàn cầu: Xây dựng và chia sẻ những vấn đề lý luận và thực tiễn châu Á"

Kính gửi: Tập thể giảng viên khoa Ngữ văn Anh – Đại học Quốc Gia TPHCM

Được sự chấp thuận của ASIA TEFL (Hiệp hội Những người giảng dạy tiếng Anh như một Ngoại ngữ ở châu Á) và được sự đồng ý của Đại học Quốc gia Hà Nội tại công văn số 2763/QHQT ký ngày 11/8/2009, Trường Đại học Ngoại ngữ - Đại học Quốc gia Hà Nội tổ chức Hội thảo khoa học quốc tế với chủ đề: "Dạy tiếng Anh như một ngôn ngữ toàn cầu: Xây dựng

---

và chia sẻ những vấn đề lý luận và thực tiễn châu Á"

1. Mục đích:

Mục đích của Hội thảo là xem xét những vấn đề cơ bản trong lĩnh vực giáo dục ngoại ngữ ở châu Á và thế giới trong những năm gần đây, đánh giá thực trạng dạy-học tiếng Anh, đưa ra những kiến giải khoa học; đồng thời, nêu lên những định hướng chiến lược nâng cao chất lượng giáo dục tiếng Anh ở châu Á nói chung và Việt Nam nói riêng trong xu hướng hội nhập toàn cầu.

2. Nội dung:

Hội thảo sẽ tập trung vào các nội dung dưới đây :

Đường hướng và phương pháp luận	(Approaches and Methodologies)
Chương trình / giáo trình	(Curriculum / Materials)
Giáo dục từ xa	(Distance Education)
Chính sách giáo dục / Chính sách ngôn ngữ	(Education / Language Policy)
Giao tiếp quốc tế / Giao tiếp liên văn hoá	(International / Intercultural Communication)
Tiếp thụ ngôn ngữ thứ hai	(Second Language Acquisition)
Soạn và thiết kế học liệu	(Material Writing and Design)
Đa trí tuệ và phong cách học tập	(Multiple Intelligences and Learning Styles)
Đào tạo và bồi dưỡng giáo viên	(Teacher Education)
Dạy tiếng Anh cho người học trẻ tuổi	(Teaching Young Learners)
Kiểm tra - đánh giá	(Testing – Assessment)
Sử dụng CNTT trong dạy ngoại ngữ	(The Use of IT in Language Teaching)
Sử dụng tư liệu tiếng Anh bản địa hoặc sử dụng bản dịch để dạy tiếng Anh	(Using Local Literatures in English or Translations for Teaching English)

3. Ngôn ngữ sử dụng trong Hội thảo: Tiếng Anh

4. Thời gian tổ chức Hội thảo: 03 ngày: Từ ngày 06 đến 08 tháng 8 năm 2010

5. Địa điểm: Tầng 2, Nhà E - Khách sạn La Thành, 218 Đội Cấn, Hà Nội.

Ban Tổ chức hội thảo xin trân trọng kính mời tập thể giảng viên khoa Ngữ văn Anh – Trường Đại học Quốc Gia TPHCM gửi bài tham gia hội thảo, đồng thời cũng mong nhận được sự quan tâm và tham dự của đông đảo các cán bộ giảng viên trong trường.

Mọi liên hệ và bài viết xin gửi trước ngày 15/5/2010 theo địa chỉ:

PGS. TS. Nguyễn Cong Hoàng, Trưởng phòng Khoa học-Công nghệ, Trường Đại học Ngoại ngữ - Đại học Quốc gia Hà Nội, Đường Phạm Văn Đồng, Quận Cầu Giấy, Hà Nội. Tel. 0437547042 / 0903410341; Email: vodaiquang@yahoo.com

HIỆU TRƯỞNG

(Đã ký)

GS Nguyễn Kim Liên

Từ vựng mở rộng

toàn cầu	全球 choân-kiû	kiến giải	見解 kiàn-kái
thực tiễn	實踐 sit-chiān	khoa học	科學 kho-hȧk
tập thể	團體 thoân-thé	định hướng	趨向 chhu-hiòng
chấp thuận	批准 phoe-chún	chiến lược	戰略 chiàn-liȯk
chất lượng	品質 phín-chit	dân lập	私立 su-lip

BÀI 16
MỜI THẢO LUẬN

1. VĂN BẢN MẪU.

PGS. TS. Tưởng Vi Văn
Trưởng ban tổ chức hội thảo
Khoa Văn học Đài Loan
Đại Học Thành Công
TEL: +886-6-2757575 ext 52627
FAX: +886-6-2755190
E-mail: cvsncku@gmail.com

Ngày 06 tháng 09 năm 2010

Kính gửi: Giáo sư Trần Lê Bảo

Như Giáo sư đã biết, Khoa Văn học Đài Loan, trường Đại học Thành Công phối hợp với một số đơn vị liên quan sẽ tổ chức hội thảo Quốc tế so sánh nhân văn Đài – Việt vào ngày 16 và 17 tháng 10 năm 2010 tại thành phố Đài Nam, Đài Loan. Chúng tôi xin trân trọng kính mời Giáo sư tham gia hội thảo Quốc tế về nghiên cứu so sánh nhân văn Đài – Việt với cương vị thảo luận viên. Bài báo cáo mà giáo sư sẽ tham gia thảo luận nhan đề *"Thực trạng và triển vọng trong vấn đề phát triển Việt Nam và Đài Loan học"*

Giáo sư với tư cách là khách mời thảo luận viên của hội thảo sẽ được ban tổ chức sẽ tài trợ toàn bộ chi phí đi lại và ăn ở trong suốt quá trình diễn ra hội thảo. Chúng tôi sẽ tổ chức chuyến đi theo đoàn từ Hà Nội tới Đài Nam cho tất cả học giả Việt Nam. Dự tính đoàn sẽ khởi hành vào 15 tháng 10 và trở về ngày 19 tháng 10. Mọi thông tin chi tiết chúng tôi sẽ thông báo tới Giáo sư sau. Có điều gì chưa rõ xin Giáo sư vui lòng liên hệ với chúng tôi.

Trân trọng

Tưởng Vi Văn
Trưởng Ban tổ chức Hội thảo

2. BẢNG TỪ

cương vị	崗位 sin-hūn ūi-tì	tư cách	資格 chu-keh
thảo luận viên	討論人 thó-lūn-jîn	dự tính	預定 ū-tēng
bài báo cáo	會議論文 lūn-bûn	khởi hành	出發 chhut-hoat
nhan đề	題目 tê-bảk	tài trợ	補助 pó-chō

3. MỤC ĐÍCH VÀ NỘI DUNG CỦA THƯ MỜI THẢO LUẬN

3.1. Mục đích

- Thư mời thảo luận là một trong những văn bản thuộc hệ thống các văn bản hội thảo, dùng để mời một cá nhân tham gia vào hội thảo với tư cách là người thảo luận. Ngoài những thông tin chung về hội thảo, trong thư cần nêu một số thông tin cụ thể như: Bài viết mà thảo luận viên sẽ thảo luận, những ưu đãi đối với vị trí này vv.

3.2. Nội dung

Thư mời tham gia thảo luận gồm các phần sau:

- Phần 1: Thông tin đơn vị gửi thư mời

- Phần 2: Nội dung mời cụ thể

- Phần 3: Những ưu đãi đối với khách mời

- Phần 4: Người đại diện tổ chức gửi thư mời ký tên

4. MẪU CÂU

4.1.   …với cương vị (là)…

Ví dụ:

+ Chúng tôi xin trân trọng kính mời giáo sư tham gia hội thảo Quốc tế so sánh nhân văn Đài – Việt *với cương vị (là)* thảo luận viên.

4.2.   … với tư cách là…sẽ được…

Ví dụ:

+ Giáo sư *với tư cách là* khách mời thảo luận viên của hội thảo *sẽ được* ban tổ chức sẽ tài trợ toàn bộ chi phí đi lại và ăn ở trong suốt quá trình diễn ra hội thảo.

5. VĂN BẢN THAM KHẢO

Mời báo cáo tại hội thảo

Ban Tổ chức Hội thảo
Khoa Văn học Đài Loan
Đại học Quốc gia Thành Công
TEL: +886-6-2757575 ext 52627
E-mail: cvsncku@gmail.com

Ngày 15 tháng 05 năm 2010

Kính thưa học giả GS. Nguyễn Thị Phương Châm

Chúng tôi trân trọng kính mời GS trình bày bài báo cáo của mình với nhan đề *"Làm dâu nơi đất khách: thách thức và trải nghiệm của những người phụ nữ Việt Nam lấy chồng Trung Quốc"* tại Hội thảo Quốc tế về nghiên cứu so sánh Nhân văn Đài Việt 2010. Hội thảo do khoa Văn học Đài Loan, trường Đại học Thành Công, Đài Nam, Đài Loan tổ chức vào ngày 16 và 17 tháng 10 năm 2010.

Với cương vị là báo cáo viên danh dự, GS sẽ được tài trợ chi phí toàn bộ chuyến đi và chi phí ăn ở trong thời gian diễn ra hội thảo. Về những hướng dẫn và lưu ý cụ thể, xin vui lòng tham khảo file đính kèm. Có gì thắc mắc xin bà vui lòng liên hệ với chúng tôi.

Trân trọng

Tưởng Vi Văn
Trưởng Ban tổ chức Hội thảo

Từ vựng mở rộng

thiết kế	設計 siat-kè
danh dự	名譽 bêng-gū
lưu ý	注意 chù-ì
tham khảo	參考 chham-khó
file đính kèm	附件 hù-kiā^n

BÀI 17
MỜI PHÁT BIỂU CHUYÊN ĐỀ
(KEYNOTE SPEAKER)

1. VĂN BẢN MẪU

Ban tổ chức hội thảo
Khoa Văn học Đài Loan
Trường Đại học Quốc lập Thành Công
Đt: +886-6-2757575 ext 52627
Fax: +886-6-2755190
Email: cvsncku@gmail.com

Ngày 15 tháng 8 năm 2010

Kính gửi: GS. Trần Trí Dõi
       Khoa Ngôn ngữ học
       Trường Đại học Khoa học Xã hội và Nhân Văn
       Đại học Quốc Gia Hà Nội

Xin tự giới thiệu, tôi là Tưởng Vi Văn, trưởng ban tổ chức Hội thảo quốc tế về nghiên cứu so sánh nhân văn Đài Việt được tổ chức vào ngày 16 và 17 tháng 10, 2010 tại Đại học Thành Công, Đài Loan.

Tôi được biết giáo sư là một học giả có tiếng trong lĩnh vực nghiên cứu về ngôn ngữ các dân tộc thiểu số Việt Nam. Chúng tôi nhận thấy chuyên môn của giáo sư rất thích hợp với chuyên đề "Nghiên cứu dân tộc thiểu số Việt Nam – Đài Loan" trong hội thảo của chúng tôi. Chúng tôi xin trân trọng kính mời giáo sư tham gia hội thảo với tư cách người phát biểu chuyên đề trên. Chúng tôi xin tài trợ toàn bộ chi phí cho chuyến đi của giáo sư, bao gồm vé máy bay, chi phí ăn ở trong suốt thời gian diễn ra hội thảo.

Chủ đề cho bài nói chuyện chuyên đề có thể giới thiệu về sự phát triển và thành tựu cũng như những khó khăn của quá trình nghiên cứu ngôn ngữ các dân tộc thiểu số tại Việt Nam. Bài phát biểu có thể giới hạn trong thời lượng 40 phút, thời gian thảo luận khoảng 20 phút. Xin giáo sư truy cập website http://cvs.twl.ncku.edu.tw/conf/2010/ để biết thêm thông tin chi tiết về hội thảo.

Có vấn đề gì chưa rõ xin giáo sư vui lòng liên lạc với chúng tôi!

Sự góp mặt của giáo sư là niềm vinh dự lớn đối với chúng tôi.

Trân trọng

Tưởng Vi Văn
Trưởng Ban tổ chức Hội thảo

2. BẢNG TỪ

trưởng ban tổ chức	召集人 tiàu-chip-jîn	có tiếng	有名 iú-miâ
thu xếp	安排 an-pâi	thích hợp	適合 sek-háp
phát biểu chuyên đề	專題演講 choan-tê	thành tựu	成就 sêng-chiū
dân tộc thiểu số	少數民族 chió-sò b.c.	truy cập	追查 tui-cha

3. MỤC ĐÍCH VÀ NỘI DUNG CỦA THƯ MỜI PHÁT BIỂU CHUYÊN ĐỀ

3.1. Mục đích

- Dùng để mời một cá nhân đảm nhiệm vị trí người phát biểu một chuyên đề nhất định trong hội thảo có liên quan đến chuyên môn của cá nhân đó.

- Do đặc thù tính chất công việc, người phát biểu chuyên đề thường là nhưng nhân vật có tiếng, có uy tín trong giới nghiên cứu, học thuật.

- Thư mời có thể gửi tới người mà người viết đã quen biết từ trước. Cũng có thể gửi tới người chưa quen. Nếu là người chưa quen thì không thể thiếu phần tự giới thiệu.

- Thư mời cũng cần đề cập về đề tài người phát biểu chuyên đề cần hướng tới và chế độ đãi ngộ đối với vị trí này để người nhận thư có thể cân nhắc, xem xét việc có nên nhận lời mời hay không.

3.2. Nội dung

Nội dung của thư mời phát biểu chuyên đề thường gồm những nội dung chính như sau:

- Phần mở đầu

+ Chào hỏi, giới thiệu: Nêu chức danh của người viết thư mời (Giữ vai trò gì trong hội thảo)

+ Thông tin về hội thảo.

- Phần nội dung chính

+ Lý do mời đảm nhiệm vị trí người phát biểu chuyên đề

Ví dụ: Chuyên ngành phù hợp

Có uy tín

+ Những ưu đãi khi đảm nhiệm vị trí.

+ Sơ lược nội dung và đặc điểm của bài phát biểu mà người được mời sẽ trình bày.

Ví dụ: Nội dung đề tài

Giới hạn thời gian

- Phần cuối

+ Cung cấp thông tin liên lạc của người đại diện tổ chức viết thư mời.

+ Nhấn mạnh tầm quan trọng của vị trí người được mời sẽ đảm nhiệm.

+ Kính thư và ký tên.

4. MẪU CÂU

4.1. Được biết….

Ví dụ:

+ Tôi *được biết* giáo sư là một học giả có tiếng trong lĩnh vực nghiên cứu về ngôn ngữ các dân tộc thiểu số Việt Nam.

+ *Được biết* giáo sư từng tham gia nghiên cứu về lĩnh vực phong tục tập quán của Việt Nam – Đài Loan…

4.2. …nhận thấy…

Ví dụ:

+ Chúng tôi *nhận thấy* chuyên môn của giáo sư rất thích hợp với chuyên đề "Biên soạn giáo trình dạy tiếng" trong hội thảo của chúng tôi.

+ Chúng tôi *nhận thấy* giáo sư rất thích hợp với vị trí người phát biểu chuyên đề về vấn đề biên soạn giáo trình dạy tiếng trong hội thảo lần này.

4.3. …..giới hạn trong thời lượng + (thời gian)…

Ví dụ:

+ Bài phát biểu chuyên đề *giới hạn trong thời lượng* 40 phút.

+ Thời gian thảo luận *giới hạn trong thời lượng* 20 phút.

5. VĂN BẢN THAM KHẢO

Kính chào Giáo sư Tưởng Vi Văn

Tôi là Trần Thu Hương, trưởng ban tổ chức hội thảo Việt Nam học lần thứ sáu tại Hà Nội. Qua thầy giáo cũ của tôi, thầy Đoán Thiện Thuật, tôi được biết đến giáo sư. Tôi viết thư này xin thưa với giáo sư một việc như sau:

Hội thảo của chúng tôi sẽ được tổ chức từ ngày 14 đến ngày 17 tháng 11 năm 2020. Chủ đề của hội thảo năm nay là "Việt Nam học, định hướng phát triển và xu thế nghiên cứu mới nổi". Hiện nay chúng tôi đang tìm những người như giáo sư để mời làm người phát biểu chuyên đề cho hội thảo. Được biết chuyên môn của giáo sư là về Việt Nam học và giáo sư đã có rất nhiều nghiên cứu về chuyên ngành này. Nếu được, chúng tôi rất vinh hạnh được mời giáo sư đảm nhiệm một trong bốn vị trí phát biểu chuyên đề cho hội thảo của chúng tôi.

Chủ đề của bài phát biểu có thể về thực trạng nghiên cứu Việt Nam học tại Đài Loan, xu thế nghiên cứu Việt Nam học ở Đài Loan trong thời gian tới. Bài nói chuyện có thể diễn ra trong 30 phút.

Vì là khách mời danh dự nên chúng tôi sẽ tài trợ toàn bộ chi phí cho giáo sư trong suốt thời gian diễn ra hội thảo bao gồm chi phí đi lại, ăn ở và tham quan sau hội thảo. Để biết thêm thông tin chi tiết về hội thảo xin giáo sư vui lòng truy cập website www.hoithaovietnamhoc.org.vn. Nếu có điều gì chưa rõ xin giáo sư vui lòng liên lạc với chúng tôi!

Xin trân trọng cảm ơn và hy vọng nhận được sự chấp thuận của giáo sư. Chúng tôi rất hân hạnh được đón tiếp giáo sư tại Hà Nội.

Kính thư,

Trần Thu Hương – Trưởng ban tổ chức hội thảo

Từ vựng mở rộng

xu thế	趨勢	chhu-sè
đảm nhiệm	擔任	tam-jīm
diễn ra	發生	hoat-seng

BÀI 18

MỜI CHỦ TỌA MỘT TIỂU BAN (PANEL)

1. VĂN BẢN MẪU

Ban tổ chức hội thảo
Khoa Văn học Đài Loan
Trường Đại học Quốc lập Thành Công
Đt: +886-6-2757575 ext 52627
Fax: +886-6-2755190
Email: cvsncku@gmail.com

Ngày 15 tháng 8 năm 2010

Kính gửi: PGS.TS. Vũ Văn Thi
          Khoa Việt Nam học và Tiếng Việt
          Trường Đại học Khoa học Xã hội và Nhân Văn
          Đại học Quốc Gia Hà Nội

Vào ngày 16-17 tháng 10 năm 2010, Khoa Văn học Đài Loan - trường Đại học Quốc lập Thành Công sẽ tổ chức Hội thảo quốc tế về nghiên cứu và so sánh nhân văn Đài Việt với mục đích tăng cường sự hợp tác nghiên cứu về Việt Nam học và Đài Loan học. Hội thảo bao gồm 12 tiểu ban, mỗi tiểu ban là một chuyên đề có liên quan đến việc nghiên cứu giảng dạy về Việt Nam học và Đài Loan học.

Được biết Giáo sư Vũ Văn Thi hiện đang là chủ nhiệm Khoa Việt Nam học và Tiếng Việt, cũng đã từng tham gia nghiên cứu và biên soạn giáo trình dạy tiếng, Ban tổ chức hội thảo xin được trân trọng kính mời Giáo sư đến tham dự hội thảo với tư cách là chủ tọa một tiểu ban của hội thảo với chuyên đề "Biên soạn giáo trình ngôn ngữ". Nhiệm vụ của chủ tọa chủ yếu là giới thiệu khái quát về chuyên đề của tiểu ban đó, giới thiệu báo cáo viên và người thảo luận, hướng dẫn cho phiên họp của tiểu ban đó được diễn ra theo đúng chương trình.

> Ban tổ chức hội thảo rất mong sớm nhận được hồi âm của Giáo sư.
>
> Xin trân trọng cảm ơn.
>
> **Trưởng Ban tổ chức Hội thảo**
>
> PGS. TS Tưởng Vi Văn

2. BẢNG TỪ

giáo trình	教材 kàu-châi	khái quát	概況 khài-hóng
biên soạn	編選 pian-soán	báo cáo viên	發表人 hoat-piáu-jîn
chủ tọa	主持人 chú-chhî-jîn	phiên họp	會議 hoē-gī
tiểu ban	場次 tiûⁿ-chhù		

3. MỤC ĐÍCH VÀ NỘI DUNG VĂN BẢN MỜI LÀM CHỦ TỌA MỘT TIỂU BAN

3.1. Mục đích

- Văn bản mời làm chủ tọa một tiểu ban thường viết dưới dạng thư mời, do trưởng ban tổ chức hội thảo viết để gửi tới một cá nhân nào đó với mục đích mời cá nhân đó tới tham gia làm chủ tọa của một tiểu ban trong hội thảo đó. Nội dung chuyên đề của tiểu ban này thường có liên quan tới lĩnh vực nghiên cứu của cá nhân được mời làm chủ tọa.

- Văn bản mời làm chủ tọa một tiểu ban của hội thảo có thể được gửi trực tiếp bằng văn bản hoặc dưới hình thức email đến cá nhân được mời.

3.2. Nội dung

Văn bản mời làm chủ tọa một tiểu ban của hội thảo thường bao gồm những nội dung chính như sau:

- **Phần mở đầu**: Bao gồm những thông tin sau:

(1) Thông tin về ban tổ chức hội thảo

- Đơn vị tổ chức

- Địa điểm tổ chức

- Thông tin liên lạc: điện thoại, fax, email

(2) Thời gian gửi thư mời

(3) Thông tin người được mời:

- Họ tên

- Chức danh, học vị

- Đơn vị làm việc

- **Phần nội dung chính**: Bao gồm những thông tin sau:

(1) Giới thiệu khái quát về hội thảo:

- Thời gian tổ chức

- Đơn vị tổ chức

- Mục đích hội thảo

- Số lượng tiểu ban

(2) Lời mời cá nhân tham gia làm chủ tọa của một tiểu ban

- Giới thiệu về chuyên đề cần mời chủ tọa

- Chuyên môn của cá nhân được mời

- Nhiệm vụ của chủ tọa một tiểu ban

- Lời mời chính thức

- Lời cảm ơn và mong muốn nhận được thư trả lời

- **Phần cuối**: Trưởng ban tổ chức hội thảo ký tên và đóng dấu.

4. MẪU CÂU

4.1. Được biết (…) + hiện đang là + (chức danh), + cũng đã từng tham gia nghiên cứu về + (lĩnh vực nghiên cứu)

Ví dụ:

+ *Được biết* Giáo sư Vũ Văn Thi *hiện đang là* chủ nhiệm Khoa Việt Nam học và Tiếng Việt, *cũng đã từng tham gia nghiên cứu* và biên soạn giáo trình dạy tiếng, …

+ *Được biết* Giáo sư Trần Trí Dõi, *hiện đang nghiên cứu và giảng dạy tại* Khoa Ngôn ngữ học, *cũng đã từng tham gia rất nhiều nghiên cứu về* ngôn ngữ dân tộc thiểu số, ….

4.2. Ban tổ chức hội thảo xin được trân trọng kính mời + (…) + đến tham dự hội thảo với tư cách là chủ tọa một tiểu ban của hội thảo với chuyên đề + (…).

Ví dụ:

+ *Ban tổ chức hội thảo xin được trân trọng kính mời* Giáo sư *đến tham dự hội thảo với tư cách là chủ tọa một tiểu ban của hội thảo với chuyên đề* "Biên soạn giáo trình ngôn ngữ".

+ *Ban tổ chức hội thảo xin được trân trọng kính mời* Giáo sư *đến tham dự hội thảo với tư cách là chủ tọa một tiểu ban của hội thảo với chuyên đề* "Nghiên cứu phong tục tập quán dân gian".

4.3. Nhiệm vụ của chủ tọa chủ yếu là + (…)

Ví dụ:

+ *Nhiệm vụ của chủ tọa chủ yếu là* giới thiệu khái quát về chuyên đề của tiểu ban đó, giới thiệu báo cáo viên và người thảo luận, hướng dẫn cho phiên họp của tiểu ban đó được diễn ra theo đúng chương trình.

4.4. Ban tổ chức hội thảo rất mong sớm nhận được hồi âm của + (...)

Ví dụ:

+ *Ban tổ chức hội thảo rất mong sớm nhận được hồi âm của* Giáo sư.

+ *Ban tổ chức hội thảo rất mong* Giáo sư nhận lời mời tới tham gia làm chủ tọa cho hội thảo.

5. MẪU VĂN BẢN MỜI CHỦ TỌA MỘT TIỂU BAN

Văn phòng Ban Tổ chức Hội thảo:
Viện Việt Nam học và Khoa học phát triển, Đại học Quốc gia Hà Nội
Điện thoại: (04) 5572024 – (04) 5589073. Fax: (04) 5589073
Email: icvns2008@ivides.edu.vn – icvns2008@gmail.com
Website: www.icvns.org

Ngày 30 tháng 9 năm 2008

Kính gửi: PGS.TS. Nguyễn Văn Nhật

Viện trưởng Viện Sử học – Viện Khoa học Xã hội Việt Nam

Được sự đồng ý của Thủ tướng Chính phủ nước Cộng hoà Xã hội chủ nghĩa Việt Nam, Đại học Quốc gia Hà Nội và Viện Khoa học Xã hội Việt Nam sẽ tổ chức Hội thảo Quốc tế Việt Nam học lần thứ ba với Chủ đề "Việt Nam: Hội nhập và Phát triển" từ ngày 4 đến ngày 7 tháng 12 năm 2008 tại Trung tâm Hội nghị Quốc gia Mĩ Đình, Hà Nội. Mục đích của hội thảo là nhằm phát triển nhận thức khoa học và các vấn đề nghiên cứu liên quan đến Việt Nam, đặc biệt là trong quá trình hội nhập và phát triển, đồng thời tăng cường sự phối hợp nghiên cứu giữa các học giả trong và ngoài Việt Nam. Đây là cuộc Hội thảo khoa học quốc tế được tổ chức trên quy mô lớn bao gồm 19 tiểu ban chuyên môn.

Được biết Giáo sư Nhật là Viện trưởng Viện Sử học, đồng thời cũng là người có nhiều đóng góp trong việc nghiên cứu lịch sử hiện đại Việt Nam, Ban tổ chức xin được trân trọng kính mời Giáo sư đến tham dự Hội thảo Quốc tế Việt Nam học lần thứ ba với tư cách là chủ tọa tiểu ban có chuyên đề "Lịch sử hiện đại". Nhiệm vụ của chủ tọa chủ yếu là giới thiệu khái quát về chuyên đề của tiểu ban đó, giới thiệu báo cáo viên và người thảo luận, hướng dẫn cho phiên họp của tiểu ban đó được diễn ra theo đúng chương trình.

Ban tổ chức hội thảo rất mong Giáo sư nhận lời mời tới tham gia làm chủ tọa cho hội thảo.

Xin trân trọng cảm ơn.

Ban Tổ chức Hội thảo

Viện Việt Nam học và Khoa học phát triển, Đại học Quốc gia Hà Nội

Từ vựng mở rộng

tăng cường	加強 ka-kiông	hiện đại	現代 hiān-tāi
quy mô	規模 kui-bô		

PHẦN 5

VĂN BẢN HỢP TÁC

BÀI 19
MỜI HỢP TÁC CÁ NHÂN

1. VĂN BẢN MẪU

Kính chào Giáo sư Nguyễn Ngọc Thơ,

Xin tự giới thiệu, tôi là Hà Minh Trọng, hiện đang là giảng viên bộ môn Dân tộc học, trường Đại học Khoa học Xã hội và Nhân văn, Đại học Quốc gia Hà Nội. Qua giáo sư Trần Ngọc Thêm tôi được biết đến Giáo sư cũng như chuyên ngành mà giáo sư quan tâm nghiên cứu. Hiện nay tôi đang làm một nghiên cứu khoa học về quá trình di cư của người H'Mông từ Trung Quốc sang Việt Nam. Được biết giáo sư là một trong những chuyên gia hàng đầu về nghiên cứu người H'Mông ở Trung Quốc, tôi viết thư này xin bày tỏ nguyện vọng hợp tác với giáo sư trong việc tiến hành đề tài nghiên cứu này.

Hai đối tượng chính của nghiên cứu là người H' mông ở Việt Nam và người H'Mông ở Trung Quốc. Như vậy trong nghiên cứu này giáo sư sẽ phụ trách chính về những vấn đề liên quan đến người H'Mông ở Trung Quốc và tôi sẽ phụ trách những vấn đề về người H'Mông ở Việt Nam. Những vấn đề nghiên cứu chung chúng ta sẽ cùng nghiên cứu thảo luận.

Tôi rất mong nhận được sự hợp tác của giáo sư. Sắp tới tôi sẽ sang Vân Nam công tác một tuần. Nếu được tôi xin được gặp giáo sư và chúng ta sẽ trao đổi cụ thể hơn.

Mong sớm nhận được hồi âm từ phía giáo sư!

Trân trọng,

Hà Minh Trọng, PhD.
Bộ môn Dân tộc học
Trường Đại học Khoa học Xã hội và Nhân Văn
Đại học Quốc gia Hà Nội
336 Nguyễn Trãi, Quận Thanh Xuân, Ha Noi, Viet Nam.
Tel: (+84) 04.38345789 Fax: (+84) 04.38345788

2. BẢNG TỪ

dân tộc học	民族學 bîn-chỏk-hảk	nguyện vọng	願望 goān-bōng
H'Mông	H'Mông 族	quá trình	過程 koè-têng

3. MỤC ĐÍCH VÀ NỘI DUNG CỦA THƯ MỜI HỢP TÁC CÁ NHÂN

3.1. Mục đích

- Dùng để mời hợp tác giữa các cá nhân với nhau, có thể trong lĩnh vực nghiên cứu hoặc kinh doanh buôn bán.

- Thư mời hợp tác cá nhân có thể dùng trong trường hợp muốn hợp tác với người đã quen hoặc chưa từng quen biết.

3.2. Nội dung

Thư mời hợp tác cá nhân thường đề cập đến những nội dung sau:

- Phần mở đầu:

+ Chào hỏi, giới thiệu: Nêu chức danh của người viết thư mời: đang làm gì, ở đâu..

+ Mục đích viết thư: Mời hợp tác nghiên cứu

+ Lý do gửi thư tới người được mời: Nêu rõ vì sao gửi thư mời này tới đối tượng này. Ví dụ: chuyên ngành nghiên cứu phù hợp, là người có uy tín…

- Phần nội dung chính

+ Nêu sơ lược hình thức hợp tác: hợp tác như thế nào?

Lưu ý: Ở thư đầu, chủ yếu nêu sơ lược hình thức hợp tác, vấn đề chi tiết có thể thảo luận ở những thư sau hoặc trao đổi trực tiếp.

+ Nhấn mạnh nguyện vọng muốn được hợp tác.

+ Cảm ơn

- Phần cuối: Thông tin chi tiết của người viết thư mời:

+ đơn vị công tác

+ địa chỉ

+ điện thoại

4. MẪU CÂU

4.1. Hiện nay, tôi đang làm một nghiên cứu khoa học về…………

Ví dụ:

+ *Hiện nay tôi đang làm một nghiên cứu khoa học về* quá trình di cư của người H'Mông từ Trung Quốc sang Việt Nam.

4.2. Tôi viết thư này xin bày tỏ nguyện vọng hợp tác với + (…) + trong việc + (…)

Ví dụ:

+ *Tôi viết thư này xin bày tỏ nguyện vọng hợp tác với* giáo sư *trong việc* tiến hành đề tài nghiên cứu này.

4.3. ………..sẽ phụ trách những vấn đề về…..

Ví dụ:

+ Giáo sư *sẽ phụ trách chính về những vấn đề* liên quan đến người H'Mông ở Trung Quốc và *tôi sẽ phụ trách những vấn đề về* người H'Mông ở Việt Nam.

5. VĂN BẢN THAM KHẢO

THƯ MỜI HỢP TÁC

Gửi: Các anh chị em nghiên cứu sinh Việt Nam chuyên ngành Văn học đang học và làm việc tại Đài Loan!

Xin tự giới thiệu, tôi là Hoàng Hải Triều, giáo sư đang giảng dạy tại Khoa Văn học Đài Loan, Đại học Quốc lập Thành Công, Đài Nam. Hiện nay tôi đang làm nghiên cứu so sánh đối chiếu nhưng nét tương đồng của tác phẩm Đông Dương tạp chí của Việt Nam và một số tác phẩm trong dòng văn học Bạch Thoại của Trung Quốc.

Tôi trân trọng kính mời các anh chị em nghiên cứu sinh Việt Nam đang học tập và công tác tại Đài Loan, ai hứng thú với đề tài này xin cùng hợp tác tham gia nghiên cứu. Đây là nghiên cứu có quy mô lớn do khối lượng tác phẩm đồ sộ, vấn đề nghiên cứu khá mới mẻ và thú vị. Do nguồn kinh phí tài trợ cho hoạt động nghiên cứu giới hạn nên nhóm nghiên cứu dự định sẽ có 3 học giả chính. Ngoài ra sẽ dự định mời 4-5 cộng tác viên không thường xuyên.

Rất mong nhận được sự hợp tác từ phía các anh chị em để dự án sớm được thực hiện. Nghiên cứu dự kiến hoàn thành vào quý 3 năm 2012.

Mọi thông tin chi tiết xin liên hệ:

Thi Tuấn Châu, PhD

Khoa Văn học Đài Loan

Đại học Quốc lập Thành Công

Số 1, đường Cheng Kung, Tainan, Taiwan.

Tel: (+886) 6-2387539　Fax: (+886) 6-2755190

Từ vựng mở rộng

tương đồng	相同 sio-siāng	hứng thú	興趣 hèng-chhù
đối chiếu	對照 tùi-chiàu	tác phẩm	作品 chok-phín
đồ sộ	龐大 ke̍k to ā	kinh phí	經費 keng-hùi
Đông Dương	東洋 Tang-iûⁿ	thường xuyên	經常 tiāⁿ-tiāⁿ
tạp chí	雜誌 cha̍p-chì	cộng tác viên	協助者 hia̍p-chō-chiá
Bạch Thoại	白話 pe̍h-oē	nghiên cứu sinh	博士生 phok-sū-seng

BÀI 20
MỜI HỢP TÁC TRAO ĐỔI

1. VĂN BẢN MẪU

Kính gửi: Khoa Việt Nam học, Đại học Quốc Gia TPHCM

Tôi là Trần Anh Hùng, Chủ nhiệm khoa Đông Nam Á, trường Đại học Quốc lập Cao Hùng, Đài Loan. Hiện nay chúng tôi muốn tiến hành một chương trình hợp tác trao đổi về nghiên cứu ngôn ngữ và văn hóa cho sinh viên Việt Nam và sinh viên Đài Loan. Theo đó, các sinh viên Việt Nam sẽ sang trường chúng tôi học trong 6 tháng và tương tự, sinh viên của trường chúng tôi cũng sẽ nhận một khóa đào tạo trong 6 tháng tại quý trường.

Nhân thấy, Khoa Việt Nam học của quý vị là một địa chỉ tin cậy và phù nhất với nguyện vọng của chúng tôi. Chúng tôi xin bày tỏ nguyện vọng được hợp tác với quý vị trong việc trao đổi sinh viên giữa hai khoa của trường Đại học Quốc lập Cao Hùng và Đại học Hà Nội.

Tôi rất mong nhận được hồi âm sớm từ phía quý khoa. Nếu được, chúng tôi dự kiến sẽ tổ chức một cuộc gặp mặt giao lưu giữa các cán bộ hai đơn vị vào khoảng tháng 3 năm 2010 tại Hà Nội. Khi đó chúng ta có thể thảo luận chi tiết hơn những vấn đề cụ thể khác. Có điều gì chưa rõ xin vui lòng liên lạc với chúng tôi theo địa chỉ:

Khoa Ngữ văn Đông Á
Đại học Quốc lập Cao Hùng
Số 1 đường Tiểu Đông, thành phố Cao Hùng, Đài Loan.
Điện thoại: (+886) 7-1681688   Fax: (+886) 7-1234567

Xin cảm trân trọng cảm ơn!

> Kính thư
>
> Chủ nhiệm khoa
>
> GS. Trần Anh Hùng

2. BẢNG TỪ

hợp tác trao đổi	合作交換	dự kiến	預見 ū-kiàn
tiến hành	進行 chìn-hêng	châu Á	亞洲 A-chiu
tin cậy	可靠性 ē-sìn--chit	theo đó	隨著 toè

3. MỤC ĐÍCH VÀ NỘI DUNG CỦA THƯ MỜI HỢP TÁC TRAO ĐỔI

3.1. Mục đích

- Tương tự như thư mời hợp tác cá nhân, thư mời hợp tác trao đổi cũng nhằm mục đích mời hợp tác. Tuy nhiên, thư mời hợp tác trao đổi thường với mục đích hợp tác trao đổi qua lại giữa các tổ chức, các đơn vị với nhau về một vấn đề cụ thể nào đó.

Ví dụ: Hợp tác trao đổi công nghệ giữa hai công ty, hợp tác trao đổi kinh nghiệm quản lý môi trường giữa các tổ chức, hợp tác trao đổi sinh viên giữa hai trường đại học...

3.2. Nội dung

Thư mời hợp tác trao đổi thường bao gồm những nội dung chính như sau:

- **Phần đầu**: bao gồm những thông tin sau:

(1) Giới thiệu thông tin về tổ chức viết thư mời và cá nhân đại diện cho tổ chức đó.

(2) Giới thiệu sơ lược nội dung muốn hợp tác trao đổi

- Phần nội dung chính:

(1) Nêu nguyện vọng hợp tác.

(2) Sơ lược mục đích hợp tác.

- Phần cuối: Thông tin chi tiết của đơn vị, tổ chức viết thư mời:

+ tên đầy đủ của đơn vị

+ địa chỉ

+ điện thoại

4. MẪU CÂU

4.1. Hiện nay, chúng tôi muốn tiến hành một chương trình hợp tác trao đổi về + (…)

Ví dụ:

+ *Hiện nay, chúng tôi muốn tiến hành một chương trình hợp tác trao đổi về* nghiên cứu ngôn ngữ và văn hóa cho sinh viên Việt Nam và sinh viên Đài Loan.

+ *Hiện nay, chúng tôi muốn tiến hành một chương trình hợp tác trao đổi về* kinh nghiệm quản lý môi trường giữa Việt Nam và Thái Lan.

4.2. Chúng tôi xin bày tỏ nguyện vọng được hợp tác với quý vị trong việc + (...)

Ví dụ:

+ *Chúng tôi xin bày tỏ nguyện vọng được hợp tác với quý vị trong việc* trao đổi sinh viên giữa hai khoa của trường Đại học Quốc lập Cao Hùng và Đại học Hà Nội.

+ *Chúng tôi xin bày tỏ nguyện vọng được hợp tác với quý công ty trong việc* trao đổi công nghệ giữa công ty của chúng tôi và quý công ty.

4.3. Chúng tôi dự kiến sẽ tổ chức một cuộc gặp mặt giao lưu giữa + (...) + vào + (...) + (...)

Ví dụ:

+ *Chúng tôi dự kiến sẽ tổ chức một cuộc gặp mặt giao lưu giữa* các cán bộ hai đơn vị *vào* khoảng tháng 3 năm 2010 *tại* Hà Nội.

+ *Chúng tôi dự kiến sẽ tổ chức một cuộc gặp mặt giao lưu giữa* các kỹ sư của hai bên *vào* cuối tháng *tại* Việt Nam.

5. VĂN BẢN THAM KHẢO

THƯ MỜI HỢP TÁC

Kính gửi: Các quý cơ quan, doanh nghiệp

CÔNG TY TNHH THƯƠNG MẠI - VẬN TẢI THỊNH NGUYÊN - Thinh Nguyen to Airlines - chuyên hoạt động trong lĩnh vực thương mại, dịch vụ, vận tải, tuyển sinh, đào tạo, vv trong ngành hàng không. Hiện tại, công ty chúng tôi đang liên kết với TRUNG TÂM HUẤN LUYỆN NGHIỆP VỤ HÀNG KHÔNG phần mềm đặt giữ chỗ hàng không quốc tế & nội địa , cơ quan đào tạo của Học viện hàng không Việt Nam và trường ĐH Giao thông vận tải HN tổ chức tuyển sinh các khóa học "Nhân viên bán vé máy bay" hệ 3 tháng và 18 tháng, các khóa nhân viên an ninh hàng không.

Thinh Nguyen to Airlines trân trọng thông báo và kính mời các đối tác có đủ tư cách và năng lực trong lĩnh vực tuyển sinh cùng hợp tác trong việc tuyển sinh nhằm đáp ứng nhu cầu theo học của học viên và cung ứng nguồn nhân lực bổ sung cho ngành hàng không.

Mọi chi tiết xin quý đối tác liên hệ:

CÔNG TY TNHH THƯƠNG MẠI – VẬN TẢI THỊNH NGUYÊN
Đ/c: Số 59 Phan Đình Phùng - Thị Trấn Phùng - Đan Phượng - Hà Nội.
Điện thoại: (04) 63280639 / Mrs.Nguyên 01238204084
Email: Doanthinguyen2005@yahoo.com

THƯ MỜI HỢP TÁC

Kính gửi: Quý cơ quan và Doanh nghiệp

Như các Anh, Chị đã biết, kể từ khi Việt Nam chính thức gia nhập Tổ Chức Thương Mại Thế Giới (WTO) vào ngày 11/01/2007, Việt Nam đã trở thành điểm đến tại khu vực Đông Nam Á của rất nhiều nhà đầu tư trên thế giới. Điều này cũng mở ra rất nhiều cơ hội nghề nghiệp hấp dẫn cho tất cả chúng ta. Tuy nhiên, hiện nay lực lượng lao động nước ta một phần nào đó vẫn chưa đáp ứng được yêu cầu của các nhà đầu tư. Để đáp ứng được yêu cầu của các nhà đầu tư nước ngoài, người lao động ngoài kiến thức chuyên môn cũng cần phải trang bị cho mình một vốn ngoại ngữ nhất định để đáp ứng được yêu cầu công việc.

Trung tâm Ngoại ngữ và Xúc tiến trao đổi Giáo dục Quốc tế, Trường Đại học Khoa học Xã hội và Nhân văn thường xuyên tổ chức các lớp ngoại ngữ tiếng Anh, Pháp, Trung, Hàn, Nhật từ trình độ cơ sở, A, B,C, nâng cao, IELTS, TOEFL, TOEIC và các lớp ngoại ngữ chuyên ngành (Du lịch, Kinh tế, Luật...) tại Trường Đại học Khoa học Xã hội và Nhân văn hoặc là theo hợp đồng đào tạo của các cơ quan có nhu cầu. Nhận thấy được các nhu cầu học ngoại ngữ ngày càng lớn, Trung tâm muốn mở rộng hợp tác đào tạo ngoại ngữ đến các tổ chức, cơ quan, đơn vị có nhu cầu quan tâm .

Các khoá học sẽ được thiết kế phù hợp theo từng trình độ và mục đích của học viên để cho sau khi kết thúc khoá học, học viên sẽ có thể sử dụng tốt vốn ngoại ngữ đã học phục vụ cho công việc hiện tại tốt hơn. Học viên sẽ có thể giao tiếp được với các đối tác nước ngoài, đọc được văn bản, hợp đồng, thư hợp tác... được dễ dàng hơn. Cuối khoá học Trung tâm sẽ tổ chức thi cấp chứng chỉ ngoại ngữ cho các học viên có nhu cầu.

Đội ngũ giáo viên của Trung tâm là các giáo viên đang trực tiếp giảng dạy cho Bộ môn Ngoại ngữ của Trường Đại học KHXH &NV và Trường Đại học Ngoại ngữ (ĐGQG), Trường Đại học Hà Nội. Các giáo viên đều có bằng cử nhân ngoại ngữ loại khá, giỏi, đã hoặc đang theo học khoá đào tạo sau đại học về phương pháp giảng dạy ngoại ngữ, có tinh thần trách nhiệm cao. Nhiều giáo viên đã được đi tu nghiệp tại nước ngoài. Ngoài ra, Trung tâm còn đội ngũ cộng tác viên là giáo viên nước ngoài đến từ các nước Mỹ, Canada, Trung Quốc, Hàn Quốc vv.

Chi tiết khóa học mời quý vị tham khảo tại website www.ngoainguxuctien.edu.vn

Trung tâm có nhiều chính sách ưu đãi cho các cơ quan có ký hợp đồng đào tạo lâu dài và số lượng học viên lớn.

Liên hệ:

Trung tâm Ngoại ngữ và Xúc tiến Trao đổi Giáo dục Quốc tế

Trường Đại học Khoa học Xã hội & Nhân văn

Địa chỉ: Phòng 211/ 212- Tầng 2 - Nhà C

Trường Đại học KHXH&NV

336 Nguyễn Trãi, Quận Thanh Xuân, Hà Nội.

Điện thoại: 04.5589437/ 5586694/ 2126765

Email:ussh.edu@fpt.vn/ttnn.xhnv@fpt.vn/

Website: http://www.ngoaingu-duhoc.com.vn

Từ vựng mở rộng

tổ chức thương mại thế giới	世界貿易組織 WTO
phương pháp giảng	教學法 kàu-ha̍k-hoat
lực lượng lao động	勞動力量 lô-tōng lek-liōng
tu nghiệp	修業 siu-gia̍p
kiến thức chuyên môn	專業知識 choan-gia̍p tì-sek
đội ngũ	隊伍 tūi-ngó͘
đối tác	合作夥伴 ha̍p-chok tùi-siōng
chính sách ưu đãi	優待政策 iu-thāi chèng-chhek
bản ghi nhớ	備忘錄 pī-bông-lio̍k

BÀI 21

THỎA THUẬN HỢP TÁC
(TẬP THỂ, ĐƠN VỊ, CƠ QUAN)

1. VĂN BẢN MẪU

VĂN BẢN THỎA THUẬN VỀ CHƯƠNG TRÌNH HỢP TÁC VÀ GIAO LƯU HỌC THUẬT

- **Khoa Việt Nam học- Đại học Hà Nội (Việt Nam)**
- **Trung tâm Trắc nghiệm tiếng Đài CTLT (Đài Loan)**

Để mở rộng mối quan hệ hợp tác trên nhiều lĩnh vực nghiên cứu văn hóa, học thuật và tăng cường sự hiểu biết lẫn nhau, Khoa Việt Nam học-Trường Đại học Hà Nội (Việt Nam) và Trung tâm trắc nghiệm tiếng Đài CTLT- Trường Đại học Quốc lập Thành Công (Đài Loan) cùng thỏa thuận về: *Chương trình hợp tác và giao lưu học thuật*, với các điều khoản như sau:

1. Cùng phối hợp cung cấp ngân hàng đề thi trắc nghiệm, tổ chức chấm thi và cấp chứng chỉ trình độ tiếng Đài và tiếng Việt. Các điều khoản chi tiết về hợp tác dựa trên sự thương thảo song phương.

2. Cùng dự thảo các hạng mục nghiên cứu, tiến hành hợp tác học thuật. Các điều khoản chi tiết về hợp tác, dựa theo sự thương thảo song phương.

3. Hai bên mời các nhà nghiên cứu, giảng viên và học sinh của phía đối tác sang trao đổi học thuật, giao lưu và đối thoại.

4. Hai bên trao đổi công trình nghiên cứu, tư liệu nghiên cứu, tư liệu giảng dạy và ấn phẩm nghiên cứu.

5. Kết hợp tổ chức các cuộc Hội thảo, giảng dạy và thực tập về các vấn đề văn hóa, văn học có liên quan.

6. Việc thực thi những điều khoản chi tiết về các hoạt động nói trên được xác định trên cơ sở xem xét các hạng mục cụ thể và nguồn tài lực của hai bên.

7. Văn bản thỏa thuận này có hiệu lực kể từ khi Trưởng khoa Việt Nam học- Trường Đại học Hà Nội, Việt Nam và Giám đốc Trung tâm CTLT, Đại học Quốc lập Thành Công, Đài Loan chính thức ký kết thỏa thuận. Thời gian có hiệu lực kéo dài trong 5 năm. Sau khi kết thúc thời hạn lần thứ nhất, nếu tiếp tục được sự đồng ý của song phương, bản hiệp định này sẽ được tiếp tục triển khai. Nếu trước 6 tháng, song phương hoặc đơn phương ngừng ký kết, văn bản này sẽ chính thức hết hạn.

Khoa Việt Nam học- Trường Đại học Hà Nội, Việt Nam	**Trung tâm CTLT- Trường Đại học Quốc lập Thành Công, Đài Loan**
Trưởng Khoa	**Giám đốc Trung tâm**
Ngày Tháng Năm	Ngày Tháng Năm

2. BẢNG TỪ

thỏa thuận	協議 hiảp-gī	tư liệu	資料 chu-liāu
mở rộng	擴大 khok-tāi	ấn phẩm	出版品 chhut-pán-p.
quan hệ	關係 koan-hē	thực thi	實施 sit-si
điều khoản	條款 tiâu-khoán	nguồn tài lực	財源 châi-goân
đề thi	試題 chhì-tê	hiệu lực	效力 hāu-lẻk
trắc nghiệm	測驗 chhek-giām	ký kết	簽約 chhiam-iok

thương thảo	談判 tâm-phoàⁿ	hiệp định	協定 hia̍p-tēng
song phương	雙方 siang-hong	triển khai	展開 thián-khui
dự thảo	草案 chhó-àn	đơn phương	單方 toaⁿ-hong
hạng mục	項目 hāng-bo̍k	hết hạn	到期 kàu-kî
đối thoại	對話 tùi-ōē	công trình	工程 kang-têng

3. MỤC ĐÍCH VÀ NỘI DUNG VĂN BẢN THỎA THUẬN HỢP TÁC TẬP THỂ

3.1. Mục đích

- Văn bản thỏa thuận hợp tác tập thể là loại hình văn bản do hai hoặc nhiều đơn vị hay tổ chức nào đó cùng đưa ra nhằm hướng tới sự thống nhất hợp tác trong một lĩnh vực nào đó.

- Văn bản thỏa thuận hợp tác tập thể thường được biên soạn dưới dạng các điều khoản cụ thể về nội dung hợp tác nhằm làm rõ quyền lợi và trách nhiệm của mỗi bên tham gia hợp tác.

3.2. Nội dung

Văn bản thỏa thuận hợp tác tập thể thường bao gồm những nội dung chính sau đây:

- **Phần đầu**: bao gồm những thông tin sau:

(1) Tên văn bản thỏa thuận hợp tác: thường viết rõ hợp tác về vấn đề gì.

Ví dụ: Văn bản thỏa thuận về chương trình hợp tác và giao lưu học thuật.

Văn bản thỏa thuận về chương trình hợp tác nghiên cứu giảng dạy tiếng Việt cho người nước ngoài.

(2) Đơn vị tham gia hợp tác: viết rõ tên đơn vị tham gia hợp tác, có thể là hai đơn vị hoặc nhiều hơn.

- **Phần nội dung chính:** được biên soạn dưới dạng các điều khoản, được đánh số thứ tự, thường bao gồm những nội dung sau:

(1) Mục đích của việc thỏa thuận hợp tác.

(2) Quyền lợi và nghĩa vụ cụ thể của các đơn vị tham gia hợp tác.

(3) Thời hạn văn bản có hiệu lực và chấm dứt hiệu lực.

- **Phần cuối**: Các đơn vị tham gia hợp tác ký tên và đóng dấu.

4. MẪU CÂU

4.1. Để mở rộng mối quan hệ hợp tác trên lĩnh vực + (…) + (đơn vị A) và (đơn vị B) + cùng thỏa thuận về + (chương trình hợp tác)

Ví dụ:

+ *Để mở rộng mối quan hệ hợp tác trên nhiều lĩnh vực* nghiên cứu văn hóa, học thuật và tăng cường sự hiểu biết lẫn nhau, Khoa Việt Nam học- Trường Đại học Hà Nội (Việt Nam) *và* Trung tâm trắc nghiệm tiếng Đài CTLT- Trường Đại học Quốc lập Thành Công (Đài Loan) *cùng thỏa thuận về*: Chương trình hợp tác và giao lưu học thuật.

4.2. Văn bản thỏa thuận này có hiệu lực kể từ khi + (đại diện đơn vị A) và (đại diện đơn vị B) + chính thức ký kết thỏa thuận.

Ví dụ:

+ *Văn bản thỏa thuận này có hiệu lực kể từ khi* Trưởng khoa Việt Nam học - Trường Đại học Hà Nội, Việt Nam *và* Giám đốc Trung tâm

CTLT, Đại học Quốc lập Thành Công, Đài Loan *chính thức ký kết thỏa thuận*.

4.3. Thời gian có hiệu lực kéo dài trong + (...)

Ví dụ:

+ *Thời gian có hiệu lực kéo dài trong* 5 năm.

5. VĂN BẢN MẪU THỎA THUẬN HỢP TÁC ĐẦU TƯ

CỘNG HÒA XÃ HỘI CHỦ NGHĨA VIỆT NAM

Độc Lập - Tự Do - Hạnh Phúc

THỎA THUẬN HỢP TÁC ĐẦU TƯ

Hôm nay, ngày .... tháng .... năm, tại ....
Chúng tôi gồm có:

Bên A:
Công ty: ....
Người đại diện : Ông/Bà: ....
Số CMND : ....
Địa chỉ :...
Điện thoại: ....

Bên B:
Công ty: ....
Người đại diện : Ông/Bà: ....
Số CMND : ....
Địa chỉ :...
Điện thoại: ....

Căn cứ vào kế hoạch thực hiện dự án ....lập ngày ....
Căn cứ vào khả năng và nhu cầu của hai bên.
Sau khi bàn bạc và thỏa thuận, chúng tôi thống nhất các điều khoản sau :

Điều 1 :

-Thời hạn hợp đồng.

Điều 2:

- Bên A hợp tác đầu tư với bên B để thực hiện dự án.........................trách nhiệm như sau:

Bên A:

Bên B:

Điều 3: Con người, trang thiết bị

Bên A:

Bên B:

Điều 4: Quyền lợi và nghĩa vụ của các bên trong từng giai đoạn

Điều 5: Kiểm soát & Lưu trữ hồ sơ:

Điều 6: Các trường hợp thanh lý hợp đồng trước thời hạn.

Điều 7: Giải quyết tranh chấp

.................., Ngày….tháng……năm…..

Bên A   **Bên B**

Từ vựng mở rộng

dự án	計畫案 kè-oē-àn	kiểm soát	檢查 kiám-cha
lưu trữ	留存 liû-chûn	thanh lý	清算 chheng-sǹg
trang thiết bị	設備 siat-pī	tranh chấp	爭議 cheng-gī

BÀI 22

HỢP ĐỒNG

1. VĂN BẢN MẪU

Trung tâm Trắc nghiệm tiếng Đài CTLT   CỘNG HÒA XÃ HỘI CHỦ NGHĨA VIỆT NAM
Trường Đại học Quốc lập Thành Công - Đài Loan   **Độc lập – Tự do – Hạnh phúc**

HỢP ĐỒNG THỬ VIỆC

Hôm nay, ngày 01 tháng 06 năm 2011, chúng tôi gồm:

1. Bên A: Trung tâm Trắc nghiệm tiếng Đài CTLT
         Trường Đại học Quốc lập Thành Công - Đài Loan

Đại diện: Ông Tưởng Vi Văn
Chức vụ: Giám đốc Trung tâm

2. Bên B: Ông/Bà: Nguyễn Thu Phương
Sinh ngày: 20/08/1980
Hộ khẩu thường trú: số 27/461 đường Nguyễn Trãi, Thanh Xuân, Hà Nội
CMND số: 168358028 do CA Hà Nội cấp ngày 15 tháng 10 năm 2005

Thỏa thuận ký kết hợp đồng thử việc và cam kết làm đúng những điều khoản sau đây:

Điều 1: Bên B làm việc theo loại Hợp đồng thử việc có thời gian là 03 tháng kể từ ngày 01 tháng 06 năm 2011.
Tại: Văn phòng đại diện của Trung tâm Trắc nghiệm tiếng Đài CTLT
     Cơ sở đặt tại Phòng 110, Nhà B, Đại học Hà Nội.
Chức vụ: Trợ lý hành chính

Điều 2: Nội dung công việc
- Thực hiện công việc hành chính theo đúng chức danh chuyên môn dưới sự

quản lý, điều hành của giám đốc Trung tâm.
- Phối hợp với văn phòng chính của Trung tâm tại Đài Loan để phát huy hiệu quả công việc.

Điều 3: Chế độ làm việc
- Thời gian làm việc: 40 giờ/ tuần (sáng từ 8h đến 12h, chiều từ 13h30' đến 17h30', từ thứ hai đến thứ sáu hàng tuần).
- Được cấp phát những dụng cụ cần thiết theo yêu cầu công việc.
- Điều kiện tại nơi làm việc theo quy định hiện hành của nhà nước.

Điều 4: Nghĩa vụ và quyền lợi của bên B
- Người lao động được trả lương 01 lần vào ngày 15 hàng tháng.
- Chế độ nghỉ: 02 ngày/ tuần (thứ bảy và chủ nhật)
- Trong vòng 15 ngày làm việc kể từ ngày ký kết hợp đồng thử việc, nếu bên B không muốn tiếp tục cộng tác với bên A thì sẽ không được thanh toán bất cứ chế độ và quyền lợi nào trong thời gian nêu trên.

Điều 5: Nghĩa vụ và quyền hạn của bên A
- Bảo đảm việc làm và thực hiện đầy đủ những điều khoản trong hợp đồng.
- Thanh toán đầy đủ, đúng thời hạn các chế độ và quyền lợi cho bên B theo hợp đồng.
- Điều hành bên B hoàn thành công việc theo hợp đồng.
- Hoãn và chấm dứt hợp đồng thử việc theo quy định của pháp luật và nội quy của văn phòng đại diện.

Điều 6: Điều khoản thi hành
- Hợp đồng thử việc có giá trị kể từ ngày ký. Khi hết thời gian thử việc, nếu bên B đáp ứng được các yêu cầu của bên A thì bên A sẽ chính thức tuyển dụng bên B vào làm việc tại bên A.
- Hợp đồng thử việc này được lập thành 02 bản có giá trị như nhau, mỗi bên giữ 01 bản và có hiệu lực kể từ ngày 01 tháng 06 năm 2011.

Hợp đồng làm tại: Văn phòng đại diện Trung tâm Trắc nghiệm tiếng Đài CLTT.

Bên B   **Bên A**

(Ký và ghi rõ họ tên)   (Ký và ghi rõ họ tên)

2. BẢNG TỪ

chức vụ	職位 chit-ūi	nghĩa vụ	義務 gī-bū
phát huy	發揮 hoat-hui	quyền lợi	權利 koân-lī
cấp phát	分配 phoè-hoat	thanh toán	算賬 sǹg-siàu
thi hành	施行 si-hêng	điều hành	運作 ūn-chok
chấm dứt	終止 kiat-sok	hoãn	延遲 oān, iân-bān

3. MỤC ĐÍCH VÀ NỘI DUNG CỦA HỢP ĐỒNG

3.1. Mục đích

- Hợp đồng là sự thoả thuận giữa các bên về việc xác lập, thay đổi hoặc chấm dứt các quyền và nghĩa vụ của hai bên trong một mối quan hệ nào đó. Những thỏa thuận này thường có hiệu lực về mặt pháp lý.

- Hiện nay, pháp luật Việt Nam quy định có ba loại hợp đồng cơ bản là hợp đồng dân sự, hợp đồng kinh tế, hợp đồng lao động.

+ Hợp đồng dân sự là sự thỏa thuận giữa các bên về việc xác lập, thay đổi hoặc chấm dứt quyền và nghĩa vụ dân sự.

+ Hợp đồng kinh tế là sự thỏa thuận bằng văn bản, tài liệu giao dịch giữa các bên ký kết về việc thực hiện công việc sản xuất, trao đổi hàng hóa, dịch vụ hoặc những thỏa thuận khác có mục đích kinh doanh, trong đó có sự quy định rõ ràng về quyền và nghĩ vụ của mỗi bên trong thỏa thuận chung đó.

+ Hợp đồng lao động là sự thỏa thuận giữa người lao động và người sử dụng lao động về việc làm có trả công, điều kiện lao động, quyền và nghĩa vụ của mỗi bên trong quan hệ lao động.

3.2. Nội dung

Nội dung của một hợp đồng thường bao gồm những phần chính như sau:

- **Phần đầu**: bao gồm những thông tin sau:

(1) Quốc hiệu: viết ở phần trên cùng, bên phải.

(2) Tên đơn vị đưa ra hợp đồng: viết ở phần trên cùng, bên trái.

(3) Tên loại hợp đồng

Ví dụ: Hợp đồng thử việc

Hợp đồng lao động

Hợp đồng ủy quyền

Hợp đồng thuê nhà

Hợp đồng chuyển nhượng

(4) Thời gian ký kết hợp đồng.

(5) Các đơn vị tham gia ký kết hợp đồng: bao gồm tên đơn vị và người đại diện, thông tin liên lạc. Đơn vị tham gia ký kết hợp đồng thường được chia thành bên A và bên B.

+ Bên A: thường là đơn vị chịu trách nhiệm soạn thảo và đưa ra thỏa thuận trong hợp đồng.

+ Bên B: thường là cá nhân hoặc đơn vị tham gia ký kết hợp đồng do bên A đưa ra.

- **Phần nội dung chính**: thường được biên soạn dưới dạng các điều khoản, được đánh số thứ tự. Nội dung chính của hợp đồng thường tùy thuộc vào đặc điểm của loại hợp đồng đó. Nhìn chung thường bao gồm những nội dung như sau:

(1) Nội dung việc thỏa thuận:

Ví dụ:

+ Hợp đồng thử việc: thỏa thuận về nội dung công việc, chế độ làm việc

+ Hợp đồng thuê nhà: thỏa thuận về điều kiện thuê, thời gian thuê, giá tiền thuê....

(2) Quyền lợi và nghĩa vụ của mỗi bên tham gia ký kết hợp đồng.

(3) Điều khoản thi hành hợp đồng: thời gian hợp đồng có hiệu lực, điều kiện sau khi hợp đồng hết hiệu lực.

- **Phần cuối**: Các đơn vị tham gia ký kết hợp đồng ký tên và đóng dấu.

4. MẪU CÂU

4.1. Cấu trúc:

Hôm nay, ngày…. tháng….năm……., chúng tôi gồm:

    Bên A: ……..

    Bên B: ……..

Thỏa thuận ký kết hợp đồng……. và cam kết làm đúng những điều khoản sau đây:

Ví dụ:

    Hôm nay, ngày 01 tháng 06 năm 2011, chúng tôi gồm:

1. Bên A: Trung tâm Trắc nghiệm tiếng Đài CTLT

    Trường Đại học Quốc lập Thành Công - Đài Loan

      Đại diện: Ông Tưởng Vi Văn

      Chức vụ: Giám đốc Trung tâm

2. Bên B: Ông/Bà: Nguyễn Thu Phương

Sinh ngày: 20/08/1980

Hộ khẩu thường trú tại: số 27/461 Nguyễn Trãi, Thanh Xuân, Hà Nội

CMND số: 168358028 do CA Hà Nội cấp ngày 15 tháng 10 năm 2005

Thỏa thuận ký kết hợp đồng thử việc và cam kết làm đúng những điều khoản sau đây:

4.2. Cấu trúc:

> Bên B làm việc theo loại Hợp đồng thử việc có thời gian là ….. tháng kể từ ngày …. tháng …… năm …..
>
> Tại: ………..
>
> Chức vụ: …….

Ví dụ:

Bên B làm việc theo loại Hợp đồng thử việc có thời gian là 03 tháng kể từ ngày 01 tháng 06 năm 2011.

Tại: Văn phòng đại diện của Trung tâm Trắc nghiệm tiếng Đài CTLT Cơ sở đặt tại Phòng 110, Nhà B, Đại học Hà Nội.

Chức vụ: Trợ lý hành chính

4.3. Hợp đồng………được lập thành 02 bản có giá trị như nhau, mỗi bên giữ 01 bản và có hiệu lực kể từ ngày………tháng………năm………

Ví dụ: Hợp đồng thử việc này được lập thành 02 bản có giá trị như nhau, mỗi bên giữ 01 bản và có hiệu lực kể từ ngày 01 tháng 06 năm 2011.

5. VĂN BẢN MẪU

Mẫu Hợp đồng thuê nhà[6]

<table>
<tr><td>TÊN CƠ QUAN

Số:......</td><td>CỘNG HOÀ XÃ HỘI CHỦ NGHĨA VIỆT NAM
_____
Độc lập – Tự do - Hạnh phúc</td></tr>
</table>

HỢP ĐỒNG CHO THUÊ NHÀ Ở

Hôm nay, ngày…..tháng…..năm…………………

Tại địa

điểm: ………………………………………………………………………………………

……

Chúng tôi gồm:

BÊN A (Bên cho thuê nhà)
Họ tên:...
Chứng minh nhân dân số: ....
Địa chỉ:...
Ngày sinh: ....

BÊN B (Bên thuê nhà)
Họ tên:...
Chứng minh nhân dân số: ....
Địa chỉ:...
Ngày sinh: ....

Cùng thoả thuận giao kết hợp đồng thuê nhà với các nội dung sau đây:
Điều 1: **Đối tượng cho thuê**
Bên A đồng ý cho bên B được thuê:
Căn nhà tại địa
chỉ: ……………………………………………………………
Tổng diện tích sử dụng: ……………………….m^2
Kể từ ngày…tháng…năm….trong thời hạn………năm

---

[6] Tham khảo mẫu hợp đồng ủy quyền lấy từ website của công ty luật Dazpro: http://vietnamese-dazpro-consulting.law.officelive.com/mauhopdong.aspx

Điều 2: Giá cả

Tiền thuê nhà hàng tháng là………………….đồng (hoặc vàng).

Điều 3: Phương thức thanh toán

Bên thuê nhà phải trả tiền đầy đủ theo tháng (quý) vào ngày……. của tháng (quý) bằng tiền mặt hoặc vàng.

Điều 4: Bên thuê nhà cam kết

a/ Sử dụng nhà đúng mục đích theo hợp đồng, có trách nhiệm bảo quản tốt các tài sản, trang thiết bị trong nhà.

b/ Không được sang nhượng.

c/ Các trường hợp cho nhập thêm người, hộ khẩu phải có ý kiến của bên cho thuê.

Điều 5: Chấm dứt hợp đồng

Trong thời hạn hợp đồng, nếu không còn sử dụng nhà nữa, bên thuê nhà phải báo cho bên cho thuê nhà trước……………..ngày để hai bên cùng thanh toán tiền thuê nhà và các khoản khác.

Mọi sự hư hỏng do lỗi của mình, bên thuê nhà bồi thường cho bên cho thuê.

Điều 6: Bên thuê nhà có trách nhiệm bảo quản nhà thuê, phát hiện kịp thời những hư hỏng để yêu cầu bên cho thuê sửa nhà.

Điều 7: Hai bên A, B cam kết thi hành nghĩa vụ hợp đồng. Nếu vi phạm sẽ yêu cầu toà án…………………..giải quyết theo thoả thuận của hai bên hoặc theo quy định của pháp luật.

Điều 8: Hợp đồng này được lập thành hai bản, mỗi bên giữ một bản và một bên gửi cơ quan Công chứng Nhà nước giữ.

BÊN CHO THUÊ NHÀ   BÊN THUÊ NHÀ

Họ tên, chữ ký   **Họ tên, chữ ký**

Từ vựng mở rộng

thuê nhà	租房子 soè chhù	tòa án	法院 hoat-īⁿ
diện tích	面積 bīn-chek	sang nhượng	轉讓 choán-niū
tiền thuê nhà	租金 chhù-soè	hộ khẩu	戶口 hō-kháu
phương thức	方式 hong-sek	bồi thường	賠償 poê-siông
tiền mặt	現金 hiān-kim	hư hỏng	損壞 sún-hāi
kịp thời	及時 ē-hù	cam kết	切結 chhiat-kiat

Chok-chiá Chiúⁿ Ûi-bûn

Bí-kok Tek-chiu Tāi-ha̍k gí-giân-ha̍k phok-sū, hiān-chhú-sî sī Tâi-oân kok-lip Sêng-kong Tāi-ha̍k Tâi-oân Bûn-ha̍k-hē ê choan-jīm su-chu, Oa̍t-lâm Gián-kiù Tiong-sim kap Tâi-oân Gí-bûn Chhek-giām Tiong-sim ê chú-jīm, Tâi-Oa̍t Bûn-hoà Hia̍p-hoē lí-sū-tiúⁿ, bat chò koè Tâi-oân Lô-má-jī Hia̍p-hoē lí-sū-tiúⁿ, Tâi-oân Tang-lâm-a Ha̍k-hoē hù-pì-su-tiúⁿ.

The author Wi-vun Taiffalo Chiung

(a.k.a. Tưởng Vi Văn in Vietnamese) obtained his Ph.D degree in linguistics from the University of Texas at Arlington. He is currently a faculty member in the Department of Taiwanese Literature, as well as the director of Center for Vietnamese Studies at the National Cheng Kung University in Taiwan.

作者蔣為文

美國德州大學語言學博士，現此時是台灣國立成功大學台灣文學系 ê 專任師資、越南研究中心 kap 台灣語文測驗中心 ê 主任、台越文化協會理事長，bat 做過台灣羅馬字協會第三屆理事長、台灣東南亞學會第一屆副祕書長。

相關著作：

《民族、母語 kap 音素文字》（2011 台南：成功大學）

《全民台語認證語詞分級寶典》（2011 台南：亞細亞國際傳播社）

《全民台語認證導論》（2010 台南：亞細亞國際傳播社）

《台語能力檢定實務導論》（2009 台南：亞細亞國際傳播社）

《語言、文學 kap 台灣國家再想像》（2007 台南：成功大學）

《台灣元氣寶典》（2007 成功大學）

《牽手學台語、越南語》（2006 成功大學）

《語言、認同與去殖民》（2005 成功大學）

《海洋台灣：歷史與語言》（越、英雙語版 2004 成功大學）